AF664575

പ്രായം ചെന്നവൾ ഭൂമി

മാക്സിം ഗോർക്കിയുടെ കഥകൾ

prayam chennaval bhumi
maxim gorkiyyude kadhakal

•

translated
cp aboobacker

•

first edition
february 2015

•

typesetting
shaji joseph

•

published
chintha publishers, thiruvananthapuram

•

cover
milanleela

വിതരണം

ദേശാഭിമാനി ബുക്ക് ഹൗസ്

H O തിരുവനന്തപുരം–695 035
phone: 0471-2303026, 6063026
www.chinthapublishers.com
chinthapublishers@gmail.com

ബ്രാഞ്ചുകൾ

ഹെഡ്ഡാഫീസ് ബ്രാഞ്ച് കുന്നുകുഴി • സ്റ്റാച്യു തിരുവനന്തപുരം • കെ എസ് ആർ ടി സി ബസ് സ്റ്റേഷൻ ആലപ്പുഴ • കെ എസ് ആർ ടി സി ബസ് സ്റ്റേഷൻ എറണാകുളം • ചിറ്റൂർ റോഡ് എറണാകുളം • മച്ചിങ്ങൽ ലെയ്ൻ തൃശൂർ • ഐ ജി റോഡ് കോഴിക്കോട് • മാവൂർ റോഡ് കോഴിക്കോട് • എൻ ജി ഒ യൂണിയൻ ബിൽഡിങ് കണ്ണൂർ • സെൻട്രൽ ബസ് ടെർമിനൽ കോംപ്ലക്സ് താവക്കര കണ്ണൂർ

CO - 2159 / 3617

പ്രായം ചെന്നവൾ ഭൂമി

മാക്സിം ഗോർക്കിയുടെ കഥകൾ

പരിഭാഷ

സി പി അബൂബക്കർ

ചിന്ത പബ്ലിഷേഴ്സ്
തിരുവനന്തപുരം-695 035
വില: ₹ 85

സി പി അബൂബക്കർ

1945 ൽ കോഴിക്കോട് ജില്ലയിലെ പുതുപ്പണത്ത് ജനിച്ചു. പിതാവ് പരേതനായ കോയോട്ടി. മാതാവ് പരേതയായ കദീശ. ചെട്ട്യാത്ത് യു പി സ്കൂൾ പുതുപ്പണം, എം യു എം ഹൈസ്കൂൾ വടകര, എസ് ഡി കോളേജ് ആലപ്പുഴ, ഗവൺമെന്റ് മടപ്പള്ളി കോളേജ് വടകര, ഗവൺമെന്റ് ബ്രണ്ണൻ കോളേജ് ധർമ്മടം, തലശ്ശേരി, എന്നിവിടങ്ങളിൽ വിദ്യാഭ്യാസം.

കെ എസ് എഫ് കണ്ണൂർജില്ലാ വൈസ് പ്രസിഡന്റ്, എസ് എഫ് ഐ സംസ്ഥാന പ്രസിഡണ്ട്, അഖിലേന്ത്യാരൂപീകരണ സമിതി മെമ്പർ, പ്രഥമ സംസ്ഥാനസെക്രട്ടറി, കേന്ദ്രപ്രവർത്തക സമിതി അംഗം എന്നീ നിലകളിൽ പ്രവർത്തിച്ചു. 1971 ൽ സർക്കാർ സർവ്വീസിൽ അദ്ധ്യാപകനായതിനെ തുടർന്ന് അസോസിയേഷൻ ഓഫ് കേരളാ ഗവൺമെന്റ് കോളേജ് ടീച്ചേഴ്സിൽ (എ കെ ജി സി ടി) സജീവമായി. 2000 മാർച്ച് 31 ന് സർവ്വീസിൽനിന്ന് വിരമിച്ചു. കേരള സംസ്ഥാന പിന്നോക്ക വിഭാഗകമ്മീഷനിൽ അംഗമായി പ്രവർത്തിച്ചു.

ദേശാഭിമാനി സ്റ്റഡിസർക്കിൾ പാലക്കാട് ജില്ലാ സെക്രട്ടറിയും കോഴിക്കോട് ജില്ലാക്കമ്മിറ്റി അംഗവും ആയിരുന്നു. പുരോഗമനകലാസാഹിത്യസംഘം കോഴിക്കോട് ജില്ലാ കമ്മിറ്റി വൈസ്പ്രസിഡന്റ്, സംസ്ഥാനനിർവ്വാഹക സമിതി അംഗം എന്നീ നിലകളിൽ പ്രവർത്തിക്കുന്നു. കേരളാ ഗവൺമെന്റിന്റെ സാംസ്കാരിക പ്രസിദ്ധീകരണ ഉപദേശക സമിതി അംഗമായിരുന്നു. പല ഇംഗ്ലീഷ് വെബ് സൈറ്റുകളിലും സ്ഥിരമായി എഴുതുന്നു. ഇർഫാൻ ഹബീബ്, സീതാറാം യെച്ചൂരി ഉൾപ്പെടെ നിരവധി പ്രമുഖരുടെ ഗ്രന്ഥങ്ങൾ വിവർത്തനം ചെയ്തിട്ടുണ്ട്. ഇപ്പോൾ ചിന്ത പബ്ലിഷേഴ്സിന്റെ ചീഫ് എഡിറ്ററാണ്.

മുറിവേറ്റവരുടെ യാത്രകൾ എന്ന നോവൽ ഉൾപ്പെടെ മുപ്പതു ഗ്രന്ഥങ്ങൾ പ്രസിദ്ധീകരിച്ചിട്ടുണ്ട്.

ഭാര്യ : സറീന
മക്കൾ : നീലിമ, ശോണിമ (ഖത്തർ),
ശശിനാസ് ഏലിയാസ് ഹരിത (കൊച്ചി)
ജാമാതാക്കൾ : അസീസ്, ഷാനവാസ് (ഖത്തർ),
ഷാജഹാൻ
വിലാസം : തണൽ, മേപ്പയ്യൂർ,
കോഴിക്കോട് ജില്ല
മൊബൈൽ : 9447287569, 9446928321
e-mail : cpaboobacker@gmail.com

ഉള്ളടക്കം

മാക്സിം ഗോർക്കി
(1868 – 1936)

അലക്സി മാക്സിമോവിച്ച് പെഷ്കോവ് എന്നു മുഴുവൻ പേര്. മാക്സിം ഗോർക്കി എന്നറിയപ്പെട്ടു. റഷ്യൻ എഴുത്തുകാരൻ. സോഷ്യലിസ്റ്റ് റിയലിസത്തിന്റെ ഉപജ്ഞാതാവ്. രാഷ്ട്രീയ പ്രവർത്തകൻ. കമ്യൂണിസ്റ്റ് വിപ്ലവകാരി. 1868 മാർച്ച് 28 ന് റഷ്യയിലെ നിഷ്നിനോവ് ഗൊറോദിൽ ജനനം. മാക്സിം പെഷ്കോവ് പിതാവ്. വാർവരാ പെഷ്കോവ് മാതാവ്. അമ്മയാണ് ഏറ്റവും വിഖ്യാതമായ നോവൽ. റഷ്യൻ വിപ്ലവത്തിന്റെ ചാലകശക്തിയായി ഈ നോവൽ വർത്തിച്ചു. *മകൻ ചുദ്ര, ഓൾഡ് ഇസർഗിൽ* എന്നിവ ചെറുകഥാ സാഹിത്യത്തിനുള്ള അത്യുന്നതമായ സംഭാവനകൾ. *ലോവർ ഡെപ്ത്സ്, ചിൽഡ്രൻ ഓഫ് ദ സൺ* തുടങ്ങിയവ നാടകങ്ങൾ. റഷ്യൻ വിപ്ലവത്തിൽ ലെനിന്റെ സഹപ്രവർത്തകനായിരുന്നു. 1936 ജൂൺ 18 ന് നിര്യാതനായി.

ഗോർക്കിയെപ്പറ്റി ലൂനാചാർസ്കി

അലക്സി മാക്സിമോവിച്ച് ഗോർക്കിയുടെ ജൂബിലി വർഷത്തിൽ (60–ാം ജന്മദിനമായിരുന്നു അത്) എന്നെ പ്രസംഗിക്കാൻ വിളിച്ചത് വലിയ ബഹുമതിയായി ഞാൻ കണക്കാക്കുന്നു.

ഗോർക്കിയുടെ ജീവചരിത്രമല്ല ഞാൻ നിങ്ങളോട് പറയുന്നത്. വളരെ സമ്പന്നവും വൈവിദ്ധ്യപൂർണ്ണവും സംഭവബഹുലവുമായ ആ ജീവിതത്തെ വിവരിക്കുവാനുള്ള കഴിവ് എനിക്കില്ല; അതങ്ങനെ ഒരു ചിത്രപരമ്പരയായി അവതരിപ്പിക്കുവാൻ എനിക്കാവില്ല; അത് ഗോർക്കിക്കു മാത്രമേ കഴിയൂ.

ഗോർക്കിയുടെ സാഹിത്യ ജീവിതത്തെക്കുറിച്ചും ഞാൻ പറയുന്നില്ല. അത് പലരും ഇതിനുമുമ്പ് എത്രയോ തവണ പറഞ്ഞിട്ടുണ്ട്.

ഈ യോഗത്തിന്റെ അന്തസ്സത്തയ്ക്ക് ചേർന്ന രീതിയിൽ ഗോർക്കിയെന്ന മനുഷ്യന്റെ ഒരു ചിത്രം അവതരിപ്പിക്കാനാണ് ഞാൻ ആഗ്രഹിക്കുന്നത്. ഒരു സാഹിത്യകാരന്റെ മുഖരേഖ അവതരിപ്പിക്കുകയെന്നത് എന്തായാലും ഗൗരവമുള്ള ഒരു കലാനിർമ്മിതിയാണ്; അത് ചെയ്യാൻ കഠിനമായ പ്രയത്നം വേണം. അതുകൊണ്ട് അത്തരം ഗൗരവമുള്ള ചുമതലയൊന്നും ഞാനിവിടെ നിർവ്വഹിക്കുന്നില്ല, ഗോർക്കിയുടെ ഒരു സ്കെച്ച് നല്കുകമാത്രമാണ് ഞാനിവിടെ ചെയ്യുന്നത്.

ഗോർക്കിയുടെ ജീവിതത്തിന്റെ ഏറ്റവും സവിശേഷമായ, ശ്രദ്ധേയമായ കാര്യം അതിനെ ഉയർന്നുപോവുന്ന ഒരു ലംബരേഖയായി ദർശിക്കാമെന്നുള്ളതാണ്; അത് നിമ്നമായ ആഴങ്ങളിൽ നിന്നുയരുന്നു, റഷ്യൻ സാമൂഹിക ജീവിതത്തിന്റെ മിക്കവാറും ഏറ്റവും അടിത്തട്ടിൽനിന്ന്; വിപ്ലവത്തിനു മുമ്പുള്ള റഷ്യയായിരുന്നു അത്; ചരിത്രത്തിൽ അത്യപൂർവ്വം മനുഷ്യർ മാത്രം എത്തിച്ചേർന്ന ഔന്നത്യങ്ങളിലേക്ക് അത് ഉയർന്നു പോകുന്നു.

കരകൗശലക്കാരുടെ ഗിൽഡിൽപ്പെട്ട ഒരു കുടുംബത്തിലാണ് ഗോർക്കി ജനിച്ചത്. അവിടെനിന്ന്, അതിനേക്കാൾ താഴ്ന്ന സാഹചര്യത്തിലേക്ക് ഗോർക്കിക്ക് പോകേണ്ടിവന്നു; ഈ നിമ്നാവസ്ഥയിൽനിന്ന് ഗോർക്കിക്ക് ഉയർന്ന പ്രചോദനം ലഭിച്ചു. ഈ പ്രചോദനത്തോടെ അദ്ദേഹം ആ ജീവിതത്തെപ്പറ്റി ആവർത്തിച്ചു വിവരിച്ചിട്ടുണ്ട്. യൗവനത്തിന്റെ കടുത്ത ദിനങ്ങളിൽ ഏറ്റവും തീക്ഷ്ണമായ കായികാദ്ധ്വാനത്തിലേർപ്പെടേണ്ടിവന്നു അദ്ദേഹത്തിന്; ഒരു തൊഴിലുമില്ലാത്ത ഹതാശമായ അവസ്ഥയെന്തെന്ന് അദ്ദേഹമറിഞ്ഞു, വിശപ്പിന്റെയും മർദ്ദനത്തിന്റെയും അവഹേളനത്തിന്റെയും രുചിയറിഞ്ഞു. ഈ നിമ്നാവസ്ഥയിൽനിന്ന് തനിക്ക് ചിറകുകളുണ്ടെന്നപോലെ അദ്ദേഹം പറന്നുയർന്നു; ഒരു ഫീനിക്സിനെപ്പോലെ, വിശ്വയശസ്സിന്റെ പ്രകാശത്തിലേക്ക്, ഈ രാജ്യത്തിലെ ഏറ്റവും ഉൽക്കൃഷ്ടരായ വായനക്കാരുടെ പ്രിയപ്പെട്ട എഴുത്തുകാരനായിത്തീർന്നു. അദ്ദേഹം പിന്നീട് ആഗോള പ്രശസ്തിയിലേക്കുയർന്നു. ഇന്നദ്ദേഹം ഈ ഗോവണിയുടെ ഏറ്റവും ഉയർന്ന പടിയിലെത്തിയിരിക്കുന്നു; കാരണം, നമ്മുടെ യൂണിയനിലെ തൊഴിലാളിവർഗ്ഗം അദ്ദേഹത്തെ അവരുടെ ഏറ്റവും പ്രിയപ്പെട്ട എഴുത്തുകാരനായി, അവരുടെ സ്വന്തം വക്താവായി പ്രഖ്യാപിച്ചു കഴിഞ്ഞിരിക്കുന്നു.

അദ്ദേഹത്തിന്റെ ജീവചരിത്രം ശ്രദ്ധേയമായ ഒരു രചനയാണ്, ഉയർന്നുയർന്നു പോകുന്ന ഒരു ലംബരേഖ അദ്ദേഹത്തിന്റെ കൃതികളുടെ ഏറ്റവും അഗാധമായ ഒരു സവിശേഷതയാണ്, കലാപരമായും സാമൂഹികമായും.

ജീവിതപാരാവാരത്തിന്റെ അടിത്തട്ടിൽനിന്ന്, ഒരുപാട് കയ്പുനീർ കുടിക്കേണ്ടി വന്ന ഒരാളെന്ന നിലയിൽ ഗോർക്കിക്ക് യാഥാർത്ഥ്യത്തെക്കുറിച്ച്, ക്ലേശകരവും മർദ്ദനപരവുമായ യാഥാർത്ഥ്യത്തെക്കുറിച്ച്, ശരിയായ അറിവുണ്ട്; മനുഷ്യരാശിയിൽ മഹാഭൂരിപക്ഷം ആ തലത്തിലാണ് കഴിഞ്ഞുവരുന്നത്, സാറിസ്റ്റ് റഷ്യയിലെ ഭൂരിപക്ഷം ആ തലത്തിലാണ് ജീവിച്ചിരുന്നത്. അതിന്റെ ദുരിതങ്ങളും കഷ്ടതകളും അദ്ദേഹം വ്യക്തിപരമായിത്തന്നെ രുചിക്കേണ്ടി വന്നിട്ടുണ്ട്; സമാനമായ ജീവിതാവസ്ഥയിൽ പരസഹസ്രം മനുഷ്യരെ അദ്ദേഹം ചുറ്റുപാടും കണ്ടിട്ടുണ്ട്.

മനുഷ്യൻ നേരിടുന്ന കഷ്ടതകളും പാരുഷ്യം നിറഞ്ഞ അവജ്ഞയുമെല്ലാം അദ്ദേഹം പൂർണ്ണമായി ഉൾക്കൊണ്ടു; ആദ്യ വർഷങ്ങളിൽ ഇത് അദ്ദേഹത്തിന്റെ പ്രബലമായ വികാരമായിരുന്നു. മറ്റുരീതികളിൽ എഴുതാൻ ആർക്കെങ്കിലും സാധിച്ചാൽ നന്ന്, പക്ഷേ, ആർജ്ജവമുള്ള മനുഷ്യർ ഈ അന്തരീക്ഷത്തിൽ കഠിനമായ വിഷാദമനുഭവിക്കും, അപമാനവീകരിക്കപ്പെടും, ദുരുദ്ദേശ്യമുള്ള ജന്തുക്കളായി മാറും. അദ്ദേഹം അവർക്കെതിരെ ഒരക്ഷരം ഉരിയാടിയിരുന്നില്ലെന്ന കാര്യം ഞാൻ എടുത്തു പറയേണ്ടതില്ല, കാരണം, ഉള്ളിന്റെയുള്ളിൽ അദ്ദേഹം അവരിലൊരാളായിരുന്നു, ഒന്നുമില്ലാത്ത ബഹുജനങ്ങളിലൊരാളാണ് അദ്ദേഹം. എന്നാൽ, ഈ അവജ്ഞയും പുച്ഛവും ഗോർക്കികൃതികളിൽ കാണാൻ

കഴിയില്ല.

നമുക്ക് വേറെ എഴുത്തുകാരുണ്ടായിരുന്നു; അവരും പ്രതിഭാശാലികളായിരുന്നു; അവരിൽ പലരും താഴ്ന്ന നിലയിൽ നിന്നുയർന്നുവന്നവരാണ്. നമ്മുടെ സാഹിത്യത്തിൽ ജീവിതപാരുഷ്യവും തിന്മകളും തുറന്നുകാട്ടുന്നതിൽ അവർക്കും പങ്കുണ്ട്. നരോദ്നിക്കുകൾക്കിടയിൽ റെഷ്ട്നിക്കോവിനേയും ലെവിറ്റോവിനെയും പോലുള്ള എഴുത്തുകാരുണ്ടായിരുന്നു; തീർച്ചയായും അവർ ഗോർക്കിയുടെ അത്ര പ്രതിഭാശാലികളായിരുന്നില്ല; എങ്കിലും അവർ വളരെ പ്രഗത്ഭരായിരുന്നു; നല്ല കഴിവുള്ളവരായിരുന്നു. എന്തുകൊണ്ടാണ് ഗോർക്കി കൈവരിച്ച ഔന്നത്യങ്ങളിലെത്താതെ അവർ തകർന്നുപോയത്? അവരുടെ മനോനിലയിലും ആത്മാവിന്റെ ഘടനയിലും തികഞ്ഞ നൈരാശ്യബോധമായിരുന്നു.

അവരുടെ കൃതികളിൽ ചിലേടങ്ങളിലൊക്കെ പ്രകാശമുള്ള ചില കഥാപാത്രങ്ങളെ കണ്ടേക്കാം; ജീവിതത്തെയാകമാനം മൂടുന്ന കടുത്ത അന്ധകാരത്തിലെ നേർത്ത പ്രകാശരേഖകളാണവ; അവ കേവലം അധീരമായ, അനിശ്ചിതമായ, ചാഞ്ചാട്ടമുള്ള പ്രകാശരശ്മികൾ മാത്രമാണ്. ഇതിൽനിന്ന് വ്യത്യസ്തമാണ് ഗോർക്കി. ഗോർക്കിയുടെ ആദ്യ കൃതികളിൽ തന്നെ ചലനാത്മകമായ പ്രകാശജ്വാലകൾ നമുക്ക് കാണാൻ കഴിയുന്നുണ്ട്. അദ്ദേഹത്തിന്റെ ആത്മാവിൽ ഉജ്ജ്വല പ്രകാശം സംവഹിക്കുന്ന ഒരു നക്ഷത്രം ആദ്യ രചനകളിൽ തന്നെ ദൃശ്യമാണ്.

അദ്ദേഹത്തിന്റെ ലോകവീക്ഷണത്തിലുമുണ്ട്, ഭയജനകവും രോഷാകുലവുമായ കടുത്ത നിഴലുകൾ. പക്ഷേ, മനുഷ്യന്റെ ആനന്ദത്തിലും ആദർശവാദത്തിലുമുള്ള അദ്ദേഹത്തിന്റെ വിശ്വാസംവഴി ഈ നിഴലുകൾ നേർത്തുപോകുന്നു. ഈ ആദർശവാദത്തെപ്പറ്റി എംഗൽസ് ഒരിക്കൽ പറഞ്ഞിരുന്നു:

> നിങ്ങൾ ഫിലിസ്റ്റീനുകൾ കരുതുന്നത് ഞങ്ങൾ ഭൗതികവാദികൾക്ക് താഴ്ന്ന ചക്രവാളങ്ങളും സ്വാർത്ഥലക്ഷ്യങ്ങളും മാത്രമാണുള്ളതെന്നല്ലേ? എന്നാൽ, അറിയുക, ഞങ്ങൾ ഭൗതികവാദികൾ നിങ്ങളേക്കാൾ ഒരായിരം മടങ്ങ് ആദർശവാദികളാണ്. കാരണം ജനങ്ങളുടെ മുന്നേറ്റത്തിൽ അവർക്ക് ശക്തമായ നേതൃത്വം നല്കുന്നത് ഞങ്ങളാണ്.

ഗോർക്കിയുടെ ഓരോ വാക്കിലും ഈ പ്രായോഗിക ആദർശവാദമാണ് കാണാൻ കഴിയുന്നത്.

എന്താണതിന്റെ ഉറവിടം? ഇരുണ്ട ധാരണകളിൽ പെട്ടുഴലുന്ന ഒരു യുവാവ്, എങ്ങനെയാണ് തീപ്പൊരി ചിതറുന്ന പുതിയ ആദർശവാദത്തിലേക്ക്, പുതിയ വിശ്വാസത്തിലേക്ക് കടന്നുവന്നത്?

ഗോർക്കിയുടെ ജീവചരിത്രം ഒരുത്തരം നൽകുന്നുണ്ട്. അതിനേക്കാൾ നല്ലൊരു ഉറവിടം വേറെ കാണാനാകുമെന്ന് ഞാൻ കരുതുന്നില്ല.

മകനായ അലക്സി തന്റെ തൂലികാനാമമായി പിതാവിന്റെ പേര്, മാക്സിം, സ്വീകരിച്ചതിന് ശരിയായ കാരണമുണ്ട്. നല്ലവനായ ആ മനുഷ്യനാണ്, ആ പുഷ്കലമനുഷ്യനാണ് ജീവിതത്തിന്റെ നിമ്നതലങ്ങളിലെ എല്ലാ തിന്മകൾക്കും ഇരയായത്; ആ മനുഷ്യനാണ്, തന്റെ അദമ്യമായ ജീവിതാവേശം, ആത്മവത്ത തന്റെ മകന് പൈതൃകമായി നല്കിയത്. ഇതിന് പുറമെ, മുത്തശ്ശിയുടെ മനോഭാവമുണ്ട്; നമ്മളെല്ലാം അവരെ നമ്മുടെ സ്വന്തം മുത്തശ്ശിയെപ്പോലെ സ്നേഹിക്കുന്നു. സ്വതന്ത്രവും വിശാലവും പരിശുദ്ധവും ശക്തവുമായ ഒരു പ്രവാഹമാണ് മുത്തശ്ശിയുടെ സ്വഭാവത്തിൽ സ്നേഹം; അതിൽ മാജിക്കലായ കാവ്യചൈതന്യം കലർത്തുകയാണ് ഗോർക്കി ചെയ്യുന്നത്.

ഇത് കേവലമായ ജനിതകശേഷിയല്ല; ഇത് സാമൂഹികമായ സ്വാധീനം കൂടിയാണ്. പിള്ളത്തൊട്ടിലിന്നരികിൽ അവർ പാടിയ പാട്ടുകൾ, പറഞ്ഞ കഥകൾ, അവരുടെ തലോടലുകൾ ആണ് അലക്സിയെ സ്വാധീനിച്ചത്. കുട്ടിയായിരുന്നപ്പോൾ ഈ സ്നേഹം സംഗീതസാന്ദ്രമായ ഒരവസ്ഥ, ഹാർമണി, പിന്നെ സൗന്ദര്യത്തെ സംബന്ധിച്ച ബോധം അയാളിലുണ്ടാക്കി. രണ്ടു വ്യത്യസ്ത ലോകങ്ങൾ അയാളിൽ പടുത്തുയർത്തി. മനുഷ്യനെങ്ങനെ ജീവിക്കണമെന്നതിനെപ്പറ്റി ഒരു ദർശനം, അതെത്ര നന്നായിരിക്കുമെന്ന ബോധം; അതോടൊപ്പം സത്യത്തിൽ എങ്ങനെയാണ്, എന്താണ് വസ്തുതകൾ എന്ന അറിവ്. ഇവ രണ്ടും രണ്ടു ധ്രുവങ്ങളായിരുന്നു, ഗോർക്കിക്ക്. ഭയജനകമായ ജീവിതയാഥാർത്ഥ്യങ്ങൾ ഒരുഭാഗത്ത്, ആനന്ദത്തിനും സമാധാനത്തിനും സ്നേഹത്തിനും, യാഥാർത്ഥ്യത്തിൽനിന്ന് തികച്ചും വ്യത്യസ്തമായ ജീവിതത്തിനും വേണ്ടിയുള്ള മനസ്സിന്റെ തള്ളൽ മറുഭാഗത്ത് – ഈ വൈരുദ്ധ്യമാണ് അദ്ദേഹം നേരിട്ടത്.

ഈ വീക്ഷണ ദ്വന്ദ്വവുമായി ഗോർക്കി ഇറങ്ങിത്തിരിച്ചു; മനുഷ്യനിൽ അന്തർലീനമായ സാദ്ധ്യതകളെപ്പറ്റിയുള്ള ശക്തമായ ബോധത്തോടെ, തനിക്കുചുറ്റുമുള്ള യാഥാർത്ഥ്യത്തെപ്പറ്റിയുള്ള അറിവോടെ.

എങ്ങനെയായിരുന്നു അദ്ദേഹത്തിന്റെ ജീവിതമെന്ന് നിങ്ങൾക്കെല്ലാമറിയാം. അത് അദ്ദേഹത്തിന് മുറിവേല്പിച്ചു, തികച്ചും ദയാശൂന്യമായിരുന്നു അത്. ഒരായിരം വട്ടം ആ ജീവിതത്തിന്റെ നൂല് പൊട്ടിത്തകർച്ചയുടെ വക്കിലായിരുന്നു. എന്നാൽ ജന്മനാ കരുത്തനായിരുന്നു ഗോർക്കി; തന്റെ കഷ്ടതകൾ അദ്ദേഹത്തെ നശിപ്പിക്കുകയല്ല, ഉരുക്കി വാർക്കുകയാണ് ചെയ്തത്. മനുഷ്യരാശിയുടെ മഹാഭൂരിപക്ഷത്തിനായി ബൂർഷ്വാസമ്പ്രദായം സൃഷ്ടിക്കുന്ന സാമൂഹ്യവ്യവസ്ഥയിൽ ജീവിതം ശരിക്കും എന്താണെന്ന് മാക്സിം ഗോർക്കി അനുഭവിച്ചറിഞ്ഞിരുന്നു; ഈ അനുഭവങ്ങളുടെ വലിയ ഒരു ശേഖരം അദ്ദേഹത്തിന്റെ കൈയിലുണ്ടായിരുന്നു.

വളരെ ചെറിയ പ്രായത്തിൽത്തന്നെ ഇതെല്ലാം വിശാലമായ പകൽ വെളിച്ചത്തിൽ വിളിച്ചുപറയാനുള്ള ഒരു തള്ളൽ (ഇത് എത്രത്തോളം

ബോധപൂർവ്വമായിരുന്നുവെന്ന് എനിക്കറിയില്ല), തന്റെ ശബ്ദം ലോകത്തെ കേൾപ്പിക്കാനുള്ള ഒരു അഭിവാഞ്ഛ അദ്ദേഹത്തിനുണ്ടായിരുന്നു.

ചെറിയ പ്രായത്തിൽത്തന്നെ പത്രപ്രവർത്തനത്തിന്റെയും ഭാവനാത്മകമായ രചനയുടെയും ശക്തി അദ്ദേഹം കണ്ടെത്തിയിരുന്നു. ജീവിതത്തിലെ വേദനാജനകമായ അനുഭവങ്ങൾ അദ്ദേഹത്തിന്റെ ഉള്ളിൽ അസാധാരണമാംവിധം മൂല്യവത്തായ തലങ്ങൾ നിർമ്മിച്ചിട്ടുണ്ടാകാം; പക്ഷേ, ആനന്ദകരവും പ്രകാശമാനവുമായ വെല്ലുവിളികൾ പ്രതീക്ഷിക്കാവുന്നതിലുമേറെ പ്രാധാന്യമുള്ളവയാണ്.

എഴുത്തുകാരന്റെ പങ്കിനെ വളരെ നേരത്തേതന്നെ അറിഞ്ഞ് ആസ്വദിക്കാൻ അദ്ദേഹം പഠിച്ചു. അദ്ദേഹം തന്നെ തൊഴിലാളികളുടെ ഒരു കൊളോസ്സൽ (കരുത്തനായ) വാർത്താകാരനായിട്ടാണ് കണക്കാക്കിയത്. എന്നാൽ, താനൊരു കൊളോസസ്സാണെന്ന് ഗോർക്കി ഭാവനയിൽ പോലും കണ്ടിട്ടുണ്ടാവില്ല. പക്ഷേ, അദ്ദേഹത്തിന്റെ ഔന്നത്യം നമുക്കറിയാം, അദ്ദേഹം തൊഴിലാളിവർഗ്ഗത്തിന്റെ മഹാനായ എഴുത്തുകാരനാണെന്നറിയാം. 'മണ്ണാങ്കട്ട'കൾ എപ്രകാരമാണ് ജീവിക്കുന്നതെന്ന് കണ്ടെത്തിയ ഒരാളായിരുന്നു ഗോർക്കി. 'സൂര്യസന്തതി' കൾക്ക് ജീവിത തിന്മകളെപ്പറ്റി സത്യസന്ധമായ, കലാപരമായ റിപ്പോർട്ട് നല്കാനൻ അദ്ദേഹം സന്നദ്ധനായിരുന്നു, ശിഥിലമാക്കപ്പെട്ട മാനസത്തെ വെളിവാക്കുന്ന അസ്തിത്വരൂപങ്ങളുടെ ഭീകരത വരച്ചുകാണിക്കാൻ അദ്ദേഹം തയ്യാറായിരുന്നു. ഇവ തന്റെ രാജ്യത്ത് പ്രളയം കണക്കെ ഒഴുകിക്കൊണ്ടിരിക്കുന്നുണ്ടെന്നന്ന് അദ്ദേഹം കണ്ടെത്തിയിരുന്നു. ഇത് അദ്ദേഹത്തിന്റെ ഒരു ചുമതലയായിരുന്നു, എത്രമാത്രം ആത്മനിഷ്ഠമായ ചുമതലയായിരുന്നുവെന്ന് എനിക്കറിയില്ല. പക്ഷേ, ജീവിതത്തെപ്പറ്റി എഴുതുകയെന്ന തന്റെ വസ്തുനിഷ്ഠമായ ചുമതല അദ്ദേഹം ഫലപ്രദമായി നിർവ്വഹിച്ചിരുന്നു. അധസ്ഥിതരായ മനുഷ്യരുടെ ജീവിതത്തെപ്പറ്റിയുള്ള വാർത്തകൾ സംസ്കാരത്തിന്റെയും ജീവിതത്തിന്റെയും ആനന്ദതലങ്ങളിലുള്ളവർക്കു മുമ്പിൽ അവതരിപ്പിക്കുകയെന്ന ദൗത്യം അദ്ദേഹം വിജയകരമായി നിർവ്വഹിച്ചു. നരകതുല്യമായ ആ ജീവിതത്തിലൂടെ കടന്നുവന്ന ദൃക്സാക്ഷിയെന്ന നിലയിൽ അദ്ദേഹം അത് കൃത്യമായി ചെയ്തു.

അതുകൊണ്ടാണ് അദ്ദേഹം ഗോർക്കിയെന്ന തൂലികാനാമം സ്വീകരിച്ചത്. ഗോർക്കി എന്നാൽ, 'ഉറപ്പുള്ളവൻ' എന്നാണർത്ഥം.ലോകത്തെമ്പാടുമുള്ള വായനക്കാരുടെ മുമ്പിൽ ഗോർക്കിയുടെ 'വിസിറ്റിങ് കാർഡാ'യിരുന്നു ആ തൂലികാനാമം. അവരോട് അദ്ദേഹം പറഞ്ഞു: "ഞാനൊരു കടുത്ത എഴുത്തുകാരനാണ്, നിങ്ങൾക്കായി ഞാൻ തയ്യാറാക്കിയ വീഞ്ഞ് കയ്പുനീരായിട്ടാണ് നിങ്ങൾ കുടിക്കുക; എന്റെ വാക്കുകൾ നിങ്ങൾക്ക് വിഷാദമാണുണ്ടാക്കുക."

എന്നിട്ടെന്താണുണ്ടായത്....സത്വരമായ, സാർവ്വജനീനമായ അംഗീകാരം!

തുടക്കത്തിൽ വിരലിലെണ്ണാവുന്ന വിമർശകർ, പിന്നെ എഴുത്തു

കാരും റഷ്യയിലെ ബഹുജനങ്ങളുമടങ്ങുന്ന 1890 കളിലെ ജനക്കൂട്ടങ്ങൾ— അവർ ഒരുതരം ആന്തരികമായ ഉയിർത്തെഴുന്നേല്പ് അനുഭവിക്കുകയായിരുന്നു. അവർ പറഞ്ഞു:

> അത് സത്യമല്ല, നിങ്ങൾ കടുത്ത എഴുത്തുകാരനല്ല, നിങ്ങൾ മധുരിക്കുന്ന എഴുത്തുകാരനാണ്. ജീവിതത്തിന്റെ സത്യമായ ആനന്ദമുണ്ട് താങ്കളിൽ, അത് പ്രകാശമാനവും പ്രതീക്ഷാ നിർഭരവുമാണ്. താങ്കൾ വസന്തകാലത്തിന്റെ ഗാനം ആലപിക്കുന്നു; അതിപ്പോൾ ഞങ്ങളോടൊപ്പമുണ്ട്. തൊണ്ണൂറുകളോടെ നല്ലകാലം വന്നിരിക്കുന്നു. മഞ്ഞിന്റെ മൂടൽ അകന്നുതുടങ്ങിയിരിക്കുന്നു. പുതിയ പൊയ്കകൾ ഉറവെടുത്തു തുടങ്ങിയിരിക്കുന്നു, പുതിയ പറവകൾ പാടിത്തുടങ്ങിയിരിക്കുന്നു, താങ്കളുടെ ശബ്ദം അവരുടേതുമായി ലയിച്ചു ചേർന്നിരിക്കുന്നു. അത് നൂതനമായ, സംശുദ്ധമായ ലോകത്തിന്റെ മുന്നോടിയാണ്, അതിൽ വസന്തകാലത്തിന്റെ ആനന്ദം തുടിക്കുന്നുണ്ട്.

എന്നിരുന്നാലും, ഗോർക്കിയുടെ രചനകൾ, അദ്ദേഹത്തിന്റെ ആദ്യകാല കാല്പനികരചനകൾപോലും പ്രത്യക്ഷത്തിൽ സന്തുഷ്ടി അവതരിപ്പിക്കുന്നില്ല. അദ്ദേഹത്തിന്റെ കഥാപാത്രങ്ങളധികവും യക്ഷിക്കഥകളിലേതുപോലെ ആയിരുന്നു, വർണ്ണാഭമായിരുന്നു; പക്ഷേ, അവർക്കൊക്കെ ദുരന്തമാണുണ്ടാവുന്നത്.

വിജയങ്ങളുടെ ആവിഷ്കാരങ്ങളിലോ ഹല്ലേലുയ്യാ ആലാപനങ്ങളിലോ ആയിരുന്നില്ല ഗോർക്കിയൻ ആനന്ദത്തിന്റെ ശക്തി. ജീവിതത്തെ ആർജ്ജവത്തോടെ ആവിഷ്കരിക്കുന്നതിലായിരുന്നു. സാഹിത്യത്തിൽ അല്പമാത്രമായ സമർപ്പണമെങ്കിലുമുള്ള ആർക്കും തോന്നും: അതാണ് ജീവിതം. സഹോദരന്മാരേ, നമുക്കിവിടെയിരിക്കാം. ബാബിലോണിലെ ഇരുണ്ട ജലത്തിനരികിലിരുന്ന് വിലപിക്കാം; നാം ഇവിടെ സന്ദർഭവശാൽ എത്തിച്ചേർന്നതാണ്. ജീവിതത്തിന്റെ കയ്പുനീരല്ല ആ പറയുന്നത്: ജീവിതത്തിൽ മഹാമാരിയുണ്ടാവട്ടെ, എന്റെ മേലും! അല്ല, സത്യമായും അല്ല. ഗോർക്കി പറഞ്ഞു:

ഇതാണ് നിങ്ങൾ ജീവിതത്തോട് ചെയ്തത്; ഇവിടെയൊരു മനുഷ്യൻ അതിൽനിന്ന് വളർന്നിരിക്കുന്നു! പക്ഷേ, ഇതെല്ലാം ഗോർക്കിയുടെ പ്രകൃതിസ്നേഹത്തോടൊപ്പം, പ്രകൃതിയിലുള്ള വിശ്വാസത്തോടൊപ്പം, ജീവിത സൗന്ദര്യത്തിലുള്ള ആർത്തിയോടൊപ്പം, അതെല്ലാം വളരെ ഗംഭീരമായിരിക്കുമെന്ന അദ്ദേഹത്തിന്റെ വിശ്വാസത്തോടൊപ്പം ഉണ്ടായതാണ്.

മറ്റെഴുത്തുകാർ ഒരിക്കലും സൃഷ്ടിക്കാത്ത ഒരു പശ്ചാത്തലത്തിലാണ് അദ്ദേഹം ജീവിതത്തിന്റെ നാടകങ്ങൾ ആവിഷ്കരിച്ചത്: ചിരിക്കുന്ന കടൽ, തലോടുന്ന സൂര്യൻ, വെൽവെറ്റണിഞ്ഞ നടപ്പാത, അന

ന്തമായ പുൽമേടുകൾ, കരുത്താർന്ന നദികൾ – അത്ഭുതകരമായ ഒരു പ്രകൃതി. ഇത് ഗോർക്കിയുടെ മുത്തശ്ശിക്കല്ലാതെ മറ്റാർക്കും പാടാനും പറയാനും കഴിയില്ല.

ഈ പ്രകൃതിയിൽ അത്ഭുതം ജനിപ്പിക്കുന്ന ജന്തുക്കളുണ്ട്, ഗംഭീര മനുഷ്യരുണ്ട്. അവർക്കെല്ലാം കഷ്ടപ്പെടാനുള്ള കഴിവുണ്ട്; ആദ്യ നോട്ട ത്തിൽ അവരെല്ലാം കടുത്ത ദുരിതക്കാരാണെന്ന് തോന്നും. ഇതിന്റെ ലക്ഷ്യം വേദന അവരെ ആപത്തുകളിൽ നിന്നകന്നുപോകാൻ പ്രേരിപ്പി ക്കുമെന്നതാണ്; മറിച്ച്, അവർക്കനുഭവിക്കാൻ എന്തെല്ലാമുണ്ട്? വിപുല മായ അനേകം ആഹ്ലാദങ്ങളുണ്ട്. ചെറുപക്ഷി മുതൽ, ഹിംസ്രമൃഗം വരെ, മഹർഷിതുല്യനായ മനുഷ്യൻ വരെ കൂടുതൽ മഹത്തരമായ പലതും എല്ലാവരുടെയും മുന്നിൽ തുറന്നു കിടപ്പുണ്ട്. ഈ കഴിവ് ഭദ്രമായി നില നിർത്തണം, അവ അനുഭവിക്കുന്നതിനുള്ള എല്ലാ സാദ്ധ്യതകളും നിർമ്മി ക്കണം – അതാണ് കാര്യം. അപ്പോൾ ജീവിതം ഒരു കൗതുകമാകും, അത്ഭുതകരവും ധൈഷണികവുമായ ഒരു ആനന്ദമാകും.

നമുക്കെല്ലാവർക്കും, ഗോർക്കി കാട്ടിത്തന്ന ഇരുണ്ട നിഴലുകൾ നില നില്ക്കുന്നത് വലിയൊരു സ്വർണ്ണ ശേഖരത്തിന്റെ പശ്ചാത്തലത്തിലാ ണ്. എപ്പോഴൊക്കെ നാം ഒരു പൂമാല മണക്കുന്നുവോ, ഒരീണം കേൾക്കു ന്നുവോ, അപ്പോഴെല്ലാം നമ്മുടെ ഹൃദയഭാരം ലഘൂകരിക്കപ്പെടുക മാത്ര മല്ല; നമുക്കൊക്കെ അനുഭവവേദ്യമാകുന്നത് നാം പുതിയൊരു വസ ന്തവീഥിയിലാണെന്നാണ്; ഒപ്പം നമ്മുടെ ചോര തിളച്ചു തുടങ്ങുകയും ചെയ്യും, കാരണം ഒരു വഴി, ഒരു പരിഹാര മാർഗ്ഗം സമരത്തിൽ മാത്രമേ കണ്ടെത്താനാവൂ. തിന്മയുടെ ലോകം വളരെ വിപുലമാണ്, മനുഷ്യൻ ഭീകരമാംവിധം മുടന്തനാണ്. അവൻ പന്നിയെപ്പോലെയാണ് ജീവിക്കു ന്നത്– ഇതെല്ലാം മാറ്റുന്നതിന് വിട്ടുവീഴ്ചയില്ലാത്ത പോരാട്ടം വേണം, മനുഷ്യനിൽ അന്തർലീനമായ സാദ്ധ്യതകൾ സാക്ഷാത്ക്കരിക്കണം. (ഇത് മാർക്സിന്റെ വചനങ്ങൾ, ഒരുപക്ഷേ, ഗോർക്കി കേട്ടിട്ടില്ലാത്തത്, എപ്പോഴും നമ്മുടെ ചെവികളിൽ മുഴങ്ങേണ്ടത്.)

അക്കാലത്ത് ഗോർക്കിയുടെ സാഹിത്യം അങ്ങനെയായിരുന്നു. അതാണ് അതിനെ സാമൂഹികമാക്കിയത്. പക്ഷേ, ഗോർക്കിയുടെ സാമൂ ഹിക സ്വഭാവത്തിന്, അദ്ദേഹത്തിന്റെ യൗവനത്തിൽപ്പോലും, വിശാല മായൊരു മാനമുണ്ടായിരുന്നു.

എന്തായിരുന്നു വിവിധ വർഗ്ഗങ്ങളോടുള്ള ഗോർക്കിയുടെ മനോ ഭാവം? അദ്ദേഹം അവയെ എങ്ങനെയാണ് വീക്ഷിച്ചത്, അദ്ദേഹത്തിന്റെ മനസ്സിൽ അവ എങ്ങിനെയാണ് പതിഞ്ഞത്?

കർമ്മകാണ്ഡത്തിന്റെ ആദ്യഘട്ടങ്ങളിൽ സാധാരണ ജനങ്ങളോടു സഹോദരനിർവ്വിശ്ശേഷമായ സഹാനുഭൂതിയായിരുന്നു അദ്ദേഹത്തിനു ണ്ടായിരുന്നത്; ഇടത്തരക്കാരിൽ താഴ്ന്നവരോടും കൃഷിക്കാരോടും തൊഴിലാളികളോടുമെല്ലാം ഈ മനോഭാവം തന്നെയായിരുന്നു.

അവരുടെ ദുഷ്ടമനഃസ്ഥിതി ആവിഷ്കരിക്കേണ്ടി വന്നപ്പോഴൊക്കെ,

അവർ ഭാര്യമാരെ ക്രൂരമായി അടിക്കുന്നതിനെയും അവരുടെ അന്യോന്യമുള്ള വിദ്വേഷത്തെയും പറ്റി എഴുതുമ്പോഴൊക്കെ, അടിച്ചമർത്തപ്പെട്ടവരായ സ്വപ്നാടകരെപ്പറ്റി, ഇരകളെപ്പറ്റി, കഴുകന്മാരെപ്പറ്റി, വലിയ ആദർശവാദികളാകാൻ സാദ്ധ്യതയുണ്ടായിരുന്നവരെപ്പറ്റി, മനുഷ്യജീവിതം അതിശക്തമായി കെട്ടിപ്പടുക്കുന്നവരെപ്പറ്റി എഴുതുമ്പോഴൊക്കെ, അദ്ദേഹം അവരെയല്ല കുറ്റപ്പെടുത്തിയതെന്ന്, സാഹചര്യങ്ങളെയാണെന്ന് നിങ്ങൾക്കനുഭവപ്പെടും; കർഷകന്റെ ജീവിതത്തിലെ ഏതെങ്കിലുമൊരു തിന്മ ആവിഷ്കരിക്കുമ്പോൾ ആർത്തിയോ സ്വാർത്ഥമോ എഴുതുമ്പോൾ, അത് കർഷകനെ കുറ്റപ്പെടുത്താനായിരുന്നില്ല അദ്ദേഹം ചെയ്തത്. ജീവിത പരിതോപാവസ്ഥകളാണ് പണിയെടുക്കുന്ന മനുഷ്യനെ പരുക്കനും ആക്രമണസ്വഭാവമുള്ളവനുമാക്കിത്തീർത്തതെന്നബോധം അദ്ദേഹത്തിനുണ്ടായിരുന്നു.

വിപ്ലവപൂർവ്വ സാമൂഹിക ശ്രേണിയെ ആവിഷ്കരിക്കുമ്പോൾ പിശുക്കന്മാരായ ഫിലിസ്റ്റീനുകളെയും ജന്മിമാരായ കുലാക്കുകളെയും മോഷ്ടാക്കളെയും പറ്റി ഗോർക്കി വിധിപ്രസ്താവം നടത്തിയിരുന്നു. മറ്റുള്ളവരെ അടിച്ചമർത്തിക്കൊണ്ടാണവർ സമ്പന്നരായതെന്ന് ഗോർക്കി കരുതിയിരുന്നു. പക്ഷേ, പുച്ഛവും വിദ്വേഷവും വഴി ഗോർക്കി അന്ധനായിരുന്നില്ല. ഇത് ഫിലിസ്റ്റീനുകളെ, ആർത്തിപ്പണ്ടാരങ്ങളുടെ ആത്മാവിനെ നല്ല വ്യക്തതയോടെ ആവിഷ്കരിക്കാൻ അദ്ദേഹത്തെ സഹായിച്ചു; നല്ല യാഥാർത്ഥ്യബോധമാണ് അദ്ദേഹം പ്രകടിപ്പിച്ചത്; അദ്ദേഹത്തിന് മുമ്പോ പിമ്പോ ആരും പ്രകടിപ്പിക്കാത്ത വ്യക്തതയും യാഥാർത്ഥ്യവുമാണ് ഗോർക്കിയിൽ കാണുന്നത്.

പിന്നെ അദ്ദേഹം ബുദ്ധിജീവികളെപ്പറ്റി എഴുതി. അവിടെ അദ്ദേഹം ചില തരംതിരിക്കലുകൾ നടത്തി. സർഗ്ഗാത്മകധൈഷണിക വർഗ്ഗത്തിന്, ശാസ്ത്രത്തിലും കലയിലും പ്രവർത്തിക്കുന്നവർക്ക്, അവരുടെ പങ്ക് അദ്ദേഹം അനുവദിച്ചു. ശരിയായ ശാസ്ത്രജ്ഞരുടെയും കലാപ്രവർത്തകരുടെയും മനോഭാവം അദ്ദേഹം സത്യസന്ധമായി വരച്ചുകാട്ടി; അവർക്ക് സ്വന്തം മേഖലയിലുള്ള സമർപ്പണബോധം അദ്ദേഹത്തിൽ ആദരവ് സൃഷ്ടിച്ചു. അത്ഭുതവും ആദരവും കലർന്ന ഒരു ഭാവമായിരുന്നു അവരോടും അദ്ദേഹത്തിനുണ്ടായിരുന്നത്.

യഥാർത്ഥത്തിൽ വിലപ്പെട്ട മനുഷ്യരെ വിലയിരുത്തുമ്പോൾ, അവരുടെ സ്വഭാവത്തിലെ ബുദ്ധിജീവി അല്പത്വത്തിനുമുന്നിൽ കണ്ണടയ്ക്കാൻ അദ്ദേഹത്തിന് കഴിഞ്ഞിരുന്നു. എന്നാൽ അവരുടെ സർഗ്ഗപ്രവർത്തനത്തിന്റെ ഗാംഭീര്യവും പ്രാധാന്യവും കാണുന്നതിനും, സംസ്കാരത്തിനുവേണ്ടി അവർ ചെയ്ത മഹത്തായ പ്രയത്നങ്ങൾ വിലയിരുത്തന്നതിനു തടസ്സമായി അദ്ദേഹം ഒരക്ഷരം എഴുതിയിട്ടില്ല.

എന്നാൽ, ബുദ്ധിജീവിക്കഴുകന്മരോട്, ധൈഷണിക ഫിലിസ്റ്റീനികളോട് 'സമ്മർഫോക്ക്' എന്ന് വിളിക്കപ്പെടുന്ന ആ കൂട്ടരോടും നല്ല കാലാവസ്ഥയിലെ കൂട്ടുകാരെന്നറിയപ്പെടുന്നവരോടും അദ്ദേഹത്തിന് ഒരു

ദാക്ഷിണ്യവുമുണ്ടായിരുന്നില്ല. അവരുടെ അല്പത്വവും ആത്മവഞ്ചനയും ആർത്തിയും അദ്ദേഹം എതിർത്തു. ജനങ്ങളുടെ സങ്കടകരമായ അവസ്ഥയിൽ മുതലക്കണ്ണീരൊഴുക്കുന്നവരോട് അദ്ദേഹം ഒരു കനിവും കാണിച്ചില്ല. അതൊക്കെ അനിവാര്യമാണന്നദ്ദേഹം വാദിച്ചു. എല്ലാ അനീതിയെയും ന്യായീകരിക്കാനുള്ള വാദമുഖങ്ങളുണ്ടാക്കുന്ന ചിന്തകരോടും അദ്ദേഹത്തിന് ദയയുണ്ടായിരുന്നില്ല. ചരിത്രത്തിലെ ഈ തെമ്മാടികളുടെയും പോക്കിരികളുടെയും പുറത്ത് ഗോർക്കിയേല്പിച്ച സാഹിത്യപരമായ പ്രഹരങ്ങളുടെ മുറിവുണക്കുവാൻ ദീർഘകാലം വേണ്ടിവരും.

പിന്നെ അദ്ദേഹം മുതലാളിമാർക്കെതിരെ നീങ്ങി.

കമ്യൂണിസ്റ്റ് പാർട്ടിയുടെ *മാനിഫെസ്റ്റോ*വിൽ മാർക്സും എംഗൽസും ബൂർഷ്വാസിയുടെ സൃഷ്ടിപരമായ ചൈതന്യത്തെപ്പറ്റി ഒരു പ്രശംസാഗാനംതന്നെ പാടി; മുതലാളിത്തത്തിന്റെ ധനപരമായ ഈ വശത്തെ ഗോർക്കിയും ആസ്വദിച്ചു. ഈ മനുഷ്യരെപ്പറ്റി അദ്ദേഹത്തിന് അപാരമായ അറിവുണ്ടായിരുന്നു. വോൾഗയിലൂടെ കപ്പലും പായക്കപ്പലുകളും ഓടിച്ചവരാണവർ, ഫാക്ടറികളും പ്ലാന്റുകളും നിർമ്മിച്ചവരാണവർ, നല്ല ഊർജ്ജമുള്ളവരാണവർ, എങ്ങനെ പ്രവർത്തിക്കണമെന്നറിയുന്നവരാണവർ! പക്ഷേ, ഒരു നിമിഷമെങ്കിലും ഗോർക്കിക്ക് വഴിതെറ്റിയോ? ഇല്ലേയില്ല. സത്യത്തിൽ മാർക്സിനെപ്പറ്റി അറിയാത്തകാലത്തും, മുതലാളിമാരുടെ ശക്തിയുടെ സ്വഭാവത്തെപ്പറ്റി വൈരുദ്ധ്യാത്മകമായ ഉൾക്കാഴ്ച ഗോർക്കിക്കുണ്ടായിരുന്നു. മുതലാളിത്തത്തിന്റെ എല്ലാ ഫലങ്ങളിലും സ്വാർത്ഥതാല്പര്യത്തിന്റെയും ചൂഷണത്തിന്റെയും മുദ്ര പതിഞ്ഞിട്ടുണ്ടെന്ന് അദ്ദേഹം കാണിച്ചുതന്നു.

അധഃപതനോന്മുഖമായ ഭൂപ്രഭുക്കന്മാരുടെ വർഗ്ഗത്തോട് അദ്ദേഹം സന്ധിയില്ലാത്ത സമരം പ്രഖ്യാപിച്ചു. അവജ്ഞമാത്രം അർഹിക്കുന്ന സാറിസ്റ്റ് ബ്യൂറോക്രസിയോടും അദ്ദേഹം യുദ്ധപ്രഖ്യാപനം നടത്തി. യുവാവായിരിക്കെ വിപ്ലവസംഘങ്ങളുമായി അദ്ദേഹം ബന്ധപ്പെട്ടു. വിപ്ലവകാരികളെ പരിചയപ്പെട്ടു. ഉടനെ അദ്ദേഹം നോട്ടപ്പുള്ളിയായി. തുടർച്ചയായി അറസ്റ്റു ചെയ്യപ്പെട്ടു. പീഡനങ്ങൾക്ക് വിധേയനായി. പൊലീസുകാർ എവിടെയും ആപത്തുകണ്ടു. അദ്ദേഹത്തിൽ കരുത്തനായ ഒരു ശത്രുവിനെക്കണ്ടു.

പ്രതിഷേധം പ്രകടിപ്പിക്കുന്നവരുടെ നേർരൂപമായിരുന്നു ഗോർക്കി. ദീർഘകാലം പ്രതിഷേധകന്മാരോട് അദ്ദേഹത്തിന് പ്രത്യേക സ്നേഹമുണ്ടായിരുന്നു. അവർ ജീവിതത്തെ സ്വീകരിക്കാത്തവരായിരുന്നു, അവർ ജീവിതത്തിൽനിന്ന് പുറന്തള്ളപ്പെട്ടവരായിരുന്നു. അവർക്ക് ജീവിതം അസാദ്ധ്യമായതുകൊണ്ടല്ല, അവർ ജീവിതത്തെ അതിജീവിച്ചു വളർന്നവരായിരുന്നു. അങ്ങനെ ചെയ്യവെ, അവർക്ക് ചുവടുകൾ നഷ്ടമായി. അവർക്ക് ഏറെ ധാർമ്മിക ശക്തിയുണ്ടായിരുന്നു. അല്പംപോലും കായികശക്തിയുണ്ടായിരുന്നില്ല.

തനിക്കാശ്രയിക്കാവുന്ന മനുഷ്യരെ ഗോർക്കി എപ്പോഴും അന്വേഷി

ക്കുകയായിരുന്നു, തെരുവുതെണ്ടികളിൽ അവരെ കണ്ടെത്തിയെന്ന് അദ്ദേഹം കരുതി. അവർ സമൂഹത്തിൽനിന്ന് ഭ്രഷ്ടരായതുകൊണ്ടാണ്, സമൂഹത്തിൽനിന്ന് പുറന്തള്ളപ്പെട്ടതുകൊണ്ടാണ് അവരിൽ ഗോർക്കി ആകൃഷ്ടനായത്. തെരുവുതെണ്ടിക്ക് സ്വത്ത് നഷ്ടമായിരുന്നു; 'തിരിച്ചറിയൽ രേഖകൾ' നഷ്ടമായിരുന്നു, അയാൾക്ക് സമൂഹത്തിലെ അംഗത്വം നഷ്ടമായിരുന്നു, പക്ഷേ, അയാൾ സ്വതന്ത്രനായി രംഗ പ്രവേശം ചെയ്തിരുന്നു; സ്റ്റെപ്പിയിലെ ചെന്നായയെപ്പോലെയായിരുന്നു അയാൾ. ഏത് ഭീഷണിയെയും ഒരു അമറൽകൊണ്ട് നേരിടുകയാണ് അത് ചെയ്യുക; ഏത് സമയത്തും സ്വരക്ഷയ്ക്കുവേണ്ടി പ്രവർത്തിക്കാൻ അയാൾ സന്നദ്ധനായിരുന്നു.

ഫിലിസ്റ്റീൻ സദാചാരത്തിന്റെ ചങ്ങലക്കെട്ടുകൾ പൊട്ടിച്ച ഈ തെണ്ടി ഒരു പ്രഭുപദവിയിൽ ആയിരിക്കുന്നുവെന്ന് ഫിലിസ്റ്റീനുകൾക്കും മനസ്സിലായിരുന്നു. ഇത് ഗോർക്കി കാണിക്കുന്നത് ബുദ്ധിജീവിയായ ബാരിസ്റ്ററെയും വൃത്തികെട്ടവനും തത്ത്വദീക്ഷയില്ലാത്തവനുമായ തെണ്ടിയേയും താരതമ്യം ചെയ്തുകൊണ്ടാണ്, താൻ ഇണക്കിവളർത്തപ്പെട്ട ഒരു മൃഗം മാത്രമാണെന്ന നൊമ്പരപ്പെടുത്തുന്ന ബോധത്തിൽ ദുഃഖിതനാണ് ബാരിസ്റ്റർ. തെണ്ടിയാണെങ്കിൽ, വായുവിനെപ്പോലെ സ്വതന്ത്രനും, കുടുംബത്തെയും ഭാര്യയെയും മാന്യതയെയും അതുപോലുള്ള സംഗതികളെയും പുച്ഛത്തോടെ മാത്രം നോക്കിക്കാണുന്നവനുമാണ്. ഗോർക്കി അവതരിപ്പിച്ച തെണ്ടിയുടെ ജീവിക്കുന്ന ചിത്രത്തിൽ അനേകമാളുകൾ ആകൃഷ്ടരായിരുന്നു. കാരണം ഏത് കൃഷിയിടത്താറാവിന്റെയും ഹൃദയത്തിൽ അതിന്റെ സ്വതന്ത്രമായ വന്യദിനങ്ങളെപ്പറ്റിയുള്ള ഓർമ്മ അവശേഷിക്കും. ഈ കൃഷിയിടത്താറാവ്, അത് ഇണക്കാത്ത താറാവിനെ കാണുമ്പോൾ കൂടുതൽ സചേതനമാകും. ഞാനത് നേരിട്ട് കണ്ടിട്ടില്ലെങ്കിലും അതപ്രകാരമാണെന്ന് എനിക്ക് ബോദ്ധ്യം വന്നിട്ടുണ്ട്. വീട്ടിലിണക്കി വളർത്തിയ താറാവിന് ഗോർക്കി കാണിച്ചുകൊടുത്തത് ഇണങ്ങാത്ത സ്വതന്ത്രമായ താറാവിനെയാണ്.

പക്ഷേ, ഗോർക്കി വളരെ വളരെ വലിയ ഒരാളായിരുന്നു, കരുത്തനായിരുന്നു. തെണ്ടിയുടെ കാല്പനിക കലാപത്തോടുള്ള മമത ഒഴിവാക്കാതിരിക്കാൻ അദ്ദേഹത്തിന് കഴിയുമായിരുന്നില്ല. അദ്ദേഹം യഥാതഥവാദിയായിരുന്നു. വർണ്ണശബളമായ വാക്കുകൾകൊണ്ട് മറ്റെല്ലാ പക്ഷികളെയും ചതിക്കുന്ന ഒരു അടയ്ക്കാ പക്ഷിയായിരുന്നില്ല അദ്ദേഹം. എന്നാൽ കയങ്ങളി (The Lower Depth) ലെ ശുശ്രൂഷകൻ ആയ ലൂക്കായെപ്പോലെയുമായിരുന്നില്ല അദ്ദേഹം. ലൂക്കായിൽ ആകൃഷ്ടരായ എല്ലാവരോടും വിമർശകരോടും അഭിനേതാക്കളോടും എല്ലാം, ഗോർക്കി തന്നെ പറഞ്ഞിട്ടുണ്ട്, ലൂക്കാ തന്ത്രശാലിയായ വയസ്സനാണെന്ന്. ഓരോ മനുഷ്യന്റെയും മുറിവുകളിൽ അല്പം ചൂടുള്ള ധാന്യക്കിഴി വച്ചുകെട്ടാൻ തയ്യാറുള്ള കിഴവനാണെന്ന്. അത് കഴിയുന്നത്ര വേഗത്തിൽ അയാളെ ഒഴിവാക്കാനാണെന്ന്. ഗോർക്കി അതുപോലെയല്ലെന്നത്

തീർച്ച. ചിലപ്പോഴൊക്കെ അങ്ങിനെയുള്ള എളുപ്പം ചികിത്സ അദ്ദേഹം വിഭാവനം ചെയ്തിരിക്കാം. അല്പം ശുശ്രൂഷാവൃത്തിയിൽ ഏർപ്പെടാൻ അദ്ദേഹത്തിന്റെ ആത്മാവ് ആഗ്രഹിച്ചിരിക്കാം. പക്ഷേ, വളരെ സത്യസന്ധനായിരുന്നു അദ്ദേഹം. അതുകൊണ്ടുതന്നെ അടയ്ക്കാപക്ഷി ആവാൻ അദ്ദേഹത്തിന് കഴിയുമായിരുന്നില്ല. അതുകൊണ്ടാണ് അദ്ദേഹംതന്നെ തന്റെ തെണ്ടിയുടെ കഥ (Legend of the Tramp) യിൽ അർത്ഥം പറഞ്ഞുതന്നത്. അതു വേറൊന്നാവാൻ തരമില്ലായിരുന്നു. ഗോർക്കി ഈ കഥാപാത്രങ്ങൾ കൊണ്ടു നിർത്തിയിരുന്നെങ്കിൽ അതിനർത്ഥം ഈ രാജ്യം അസ്ഥിരൂപാന്തരത്തിന് വിധിക്കപ്പെട്ടുവെന്നായിരുന്നു, അതിന് പുനരുദ്ധാരണത്തിന് ശേഷിയില്ലെന്നായിരുന്നു.

തന്റെ തെണ്ടികളെ ശരിക്കും അടുത്തുകാണവെ, അവർ രണ്ടു അടിസ്ഥാനഗണങ്ങളിൽപ്പെടുന്നുവെന്ന് അദ്ദേഹത്തിന് മനസ്സിലായി. ഒന്നാമതായി പുരുഷക്കടുവകളാവാൻ പ്രവണതയുള്ളവർ. അവർ മോഷ്ടാക്കളുടെയും അഭിസാരികമാരുടെയും സംഘാടകരായിരുന്നു. വൃത്തിഹീനമായ വാണിഭസ്ഥലങ്ങളിലെ ധീരനായകന്മാർ, കുറ്റകൃത്യങ്ങളോടാഭിമുഖ്യമുള്ളവർ. അവർക്ക് നല്ല പേശീബലമുണ്ട്, നല്ല പൗരുഷമുണ്ട്. എന്നാൽ സാമൂഹ്യജീവികളാകാൻ കഴിയാത്ത മൊറോണുകളായിരുന്നു അവർ. തകർച്ച സംഭവിച്ച വ്യക്തിവാദികൾ. അവരെ ഇല്ലായ്മ ചെയ്യേണ്ടിയിരുന്നു, അവരെ പരിവർത്തനം ചെയ്യുകയെന്നത് അസാദ്ധ്യമായിരുന്നു.

മറിച്ച്, തെണ്ടികൾക്കിടയിൽ കഴിവുറ്റവരും ആകർഷകതയുള്ളവരുമായ ഒരു വിഭാഗത്തെ ഗോർക്കി തിരിച്ചറിഞ്ഞു. അവരെ അദ്ദേഹം കൊണോവാലോവ എന്ന കഥാപാത്രത്തിൽ സംക്ഷേപിക്കുന്നുണ്ട്. കൊണോവാലോവ സവിശേഷമായ ഒരു മനുഷ്യമാതൃകയായിരുന്നു. ഏറെ വികാരംകൊള്ളുന്നവൻ സ്വപ്നജീവി. പക്ഷേ, അയാളുടെ ശക്തിയെല്ലാം വാർന്നുപോയി. അയാൾ മദ്യപനായി മാറി. ഒരു തെണ്ടി തന്റെ സ്വപ്നങ്ങൾ യാഥാർത്ഥ്യമാക്കാൻ കഴിയാത്തതുകൊണ്ടായിരുന്നു ഇത്. ഈ നൈരാശ്യത്തിൽനിന്നാണ് കൊണോവാലോവ ആത്മഹത്യ ചെയ്തത്. ഈ സ്വഭാവക്കാർ ഞരമ്പുരോഗികളായ ബുദ്ധിജീവികളാണ്, അവർ സമരത്തിന് പറ്റിയവരല്ല.

രോഗാതുരരായ വ്യക്തിവാദികളെ ബാധിച്ചിരിക്കുന്ന രോഗങ്ങൾ ഇവയാണ്. അവർക്ക് കഴിവുണ്ട്. പക്ഷേ, അവർ സമൂഹത്തിൽനിന്ന് സ്വയം അന്യവല്ക്കരിച്ചിരിക്കുന്നു.

അല്ല, സമൂഹത്തിൽനിന്നുള്ള വേറിടലായിരുന്നില്ല ഇതിനുള്ള ഉത്തരം; വ്യവസ്ഥയിൽത്തന്നെ മാറ്റം വരുത്താൻ കഴിയുന്ന വിദ്യുത്പ്രവാഹമുള്ള ലോഹം കണ്ടെത്തലായിരുന്നു കാര്യം. അങ്ങനെ കുറേശ്ശെ കുറേശ്ശെയായി, സാന്ദർഭികമായ മിന്നൽപ്പിണരുകളിൽനിന്ന് ഗോർക്കി തിരിച്ചറിഞ്ഞു, തൊഴിലാളിവർഗ്ഗത്തിന് വിപ്ലവകരമായ പങ്ക് വഹിക്കാൻ കഴിയുമെന്ന്. അതൊരു വെളിപാടായിരുന്നു. *അമ്മ* എന്ന മഹത്തായ

കൃതിയിൽ ഈ തിരിച്ചറിവിന് അദ്ദേഹം ഒരു യശോഗീതം ആലപിച്ചു. വിപ്ലവത്തിന്റെ ശക്തമായ പാളയത്തിനുള്ള സ്തോത്രമാണല്ലോ *അമ്മ.*

വിവിധ ഭാഷകൾ സംസാരിക്കുന്നവരായ ലോകത്തിന്റെ നാനാഭാഗങ്ങളിലുള്ള കോടാനുകോടി സ്ത്രീപുരുഷന്മാരായ തൊഴിലാളികൾ ഈ പുസ്തകത്തിൽ അവർക്ക് പ്രിയപ്പെട്ടതെന്തോ കണ്ടെത്തി. ലോകതൊഴിലാളിവർഗ്ഗത്തിന്റെ പ്രിയപ്പെട്ട പുസ്തകമായി അത് മാറി. റഷ്യൻ തൊഴിലാളിയുടെ കഷ്ടപ്പാടുകളെപ്പറ്റി അത് അവരോട് പറഞ്ഞു. സാറിസത്തിനെതിരായ പോരാളിയാണ് റഷ്യൻ തൊഴിലാളിയെന്ന് പറഞ്ഞു. മനുഷ്യരുടെ ഹൃദയത്തെ പിടിച്ചുനിർത്തുകയും മനുഷ്യരിലെ നന്മ ഉണർത്തുകയും ചെയ്ത പുസ്തകമാണത്.

ഈ ഫാക്ടറിത്തൊഴിലാളിയാണ്, ഉരുക്കിന്റെ ഈ മിശിഹായാണ്, തന്റെ വലുപ്പം വഴി, കൂട്ടായപ്രവർത്തനം വഴി, സംഘടനാശേഷി വഴി, വിപ്ലവ സ്വഭാവം വഴി, ഉറച്ചതും വീര്യവത്തുമായ ചൈതന്യത്തിന്റെ കരുത്ത് വഴി ഗോർക്കിയുടെ ഹൃദയത്തിന്റെ താളമായി മാറിയത്. ജീവിതത്തിന്റെ ഉയിർത്തെഴുന്നേല്പ് പ്രവചിക്കുകമാത്രം ചെയ്യുന്ന എഴുത്തുകാരിലെ അവസാന പ്രവാചകനും തൊഴിലാളിവർഗ്ഗ പക്ഷത്തേക്ക് തിരിഞ്ഞ ആദ്യത്തെ മഹാനായ എഴുത്തുകാരനുമായിരുന്നു ഗോർക്കി. അദ്ദേഹം തൊഴിലാളിവർഗ്ഗത്തോടു പറഞ്ഞു: "നിങ്ങൾ ലോകത്തിലേക്ക് വരികയാണ്, അതിനെ രക്ഷപ്പെടുത്തുന്നതിനായി!"

പക്ഷേ, അപ്പോഴത്തേക്ക് ഗോർക്കി പ്രതിഭാശാലിയായ ഒരെഴുത്തുകാരൻ മാത്രമായിരുന്നില്ല. അദ്ദേഹത്തിന് ആവശ്യത്തിന് ധാർമ്മികമായ അധികാരം ഉണ്ടായിരുന്നു. വിശ്വാസം നേടിയിരുന്നു. സഹാനുഭൂതിയും യശസ്സുമുണ്ടായിരുന്നു. അദ്ദേഹം ഭീമമായ ചുവടുവയ്പുകളോടെ മുന്നോട്ട് പ്രയാണം ചെയ്യുകയായിരുന്നു. ഇതിനകം അദ്ദേഹം ഗംഭീരമായ ഗാനങ്ങളാലപിച്ചു കഴിഞ്ഞിരുന്നു. അവ എല്ലാ സത്യമനസ്സുകളിലും മാറ്റൊലികൊണ്ടു. ഏകാധിപത്യത്തിന്റെ മഹാസൗധത്തെ താങ്ങിനിർത്തുന്ന സ്തൂപങ്ങൾക്ക് കീഴിൽ ഭാവിവിപ്ലവശക്തിയുടെ ജ്വാലകൾ ഉയർത്തിയിരുന്ന എല്ലാവരും ആ ഗാനങ്ങൾ ആലപിച്ചു. അദ്ദേഹം കഴുകനെപ്പറ്റിയും കടൽപ്പക്ഷിയെപ്പറ്റിയും പാടി; രണ്ടും സമുജ്ജ്വലശക്തിയായി തിളച്ചുപൊങ്ങി. ഭീമമായൊരു രൂപമായി—അങ്ങനെയാണ് അക്കാലത്ത് അദ്ദേഹത്തെ ഞാൻ കണ്ടത്—ഈ രാജ്യത്തെ പുതിയ പ്രഭാതത്തിന്റെ തുടിക്കുന്ന പ്രകാശമായി അദ്ദേഹം ഉയർന്നുനിന്നു. ആ ദീർഘബാഹുക്കൾ ധരണിയെ ആകമാനം ചൂഴ്ന്നപോലെ നീണ്ടുനിന്നു. തന്റെ മാന്ത്രികമായ ബ്രഷുപയോഗിച്ച് ജ്വലിക്കുന്ന പുഷ്പങ്ങളിൽനിന്ന് സ്ഫുലിംഗമുയർത്തി.

ഗോർക്കി ഒരു ബോൾഷെവിക്കാണ്. പാർട്ടിയിലേക്ക് അദ്ദേഹം വലിയ ആവേശം, സമരത്തോടുള്ള ആരാധനാഭാവം, സൃഷ്ട്യുന്മുഖത, അഗാധമായ വിശ്വസ്തത, സമർപ്പണബുദ്ധി എല്ലാം പാർട്ടിയിലേക്ക് അദ്ദേഹം കൊണ്ടുവന്നു. പാർട്ടിയുടെ ആവശ്യങ്ങൾക്ക് എപ്പോഴും വിധേ

യനായിരുന്നു അദ്ദേഹം. ഒരിക്കൽ അദ്ദേഹം ചില തെറ്റുകൾ വരുത്തി, ഞാനവയെ സെൻഷർ ചെയ്യുന്നില്ല, ഒഴിവാക്കുന്നുമില്ല. അദ്ദേഹത്തോടൊപ്പം ആ തെറ്റുകൾ ഞാനും ചെയ്തു. അതെന്തായാലും പാർട്ടി എന്നോട് നേരത്തെതന്നെ ക്ഷമിച്ചു, ഗോർക്കിയെപ്പറ്റി പറയാനുമില്ല.

ഒരു ഇടതുപക്ഷ വ്യതിയാന ഗ്രൂപ്പിൽ ഗോർക്കി ഞങ്ങളോടൊപ്പം ചേർന്ന കാലത്തും ലെനിന് അദ്ദേഹത്തോടുള്ള സ്നേഹവും അദ്ദേഹത്തിലുള്ള വിശ്വാസവും ഒട്ടും കുറഞ്ഞിരുന്നില്ല. ഗോർക്കിക്ക് ശക്തവും രോഷാകുലവുമായ കത്തുകളയയ്ക്കുന്ന ആ കാലത്തും സ. ലെനിൻ പ്രഖ്യാപിച്ചു, ഗോർക്കി യഥാർത്ഥത്തിലുള്ള തൊഴിലാളിവർഗ്ഗ എഴുത്തുകാരനാണെന്ന്. അദ്ദേഹം തൊഴിലാളിവർഗ്ഗത്തിന് ഏറെ നല്കി, ഇനിയും ഏറെ നല്കാനിരിക്കുന്നു.

മെയ് 1928

ഗോർക്കിയെ വായിക്കുമ്പോൾ

മാക്സിം ഗോർക്കിയെ വായിക്കുമ്പോൾ നാം ജീവിതമാണ് വായിക്കുന്നത്. മനുഷ്യവംശത്തിന്റെ എല്ലാ വിഭാഗങ്ങളുടെയും വിചാരവികാരങ്ങളാണ് വായിക്കുന്നത്. അവരുടെ പിറവി, വളർച്ച, കാമനകൾ, സംഘർഷങ്ങൾ, യുദ്ധങ്ങൾ, യാത്രകൾ എല്ലാം ഗോർക്കിയുടെ കഥകളിൽ നിറഞ്ഞുനില്ക്കുന്നുണ്ട്. മനുഷ്യരുടെ സ്നേഹം, പ്രേമം, പ്രണയം, കാമം, പ്രണയഭംഗങ്ങൾ എല്ലാം അവയുടെ സൗന്ദര്യത്തിലും തീക്ഷ്ണതയിലും ഗോർക്കി കഥകളിൽ കാണാം. ഓരോ കഥയും മനുഷ്യന്റെ ധീരതയുടെ അപദാനമാണ്, ഭീരുത്വത്തോടുള്ള പോരാട്ടമാണ്. പ്രകൃതി മനുഷ്യജീവിതത്തിനുള്ള പശ്ചാത്തലമൊരുക്കുന്നു.

ജീവിതമാണ് ഗോർക്കിയുടെ പാഠശാല. ആത്മകഥയ്ക്ക് അദ്ദേഹം നല്കിയിരിക്കുന്ന തലക്കെട്ട് സർവ്വകലാശാലകൾ എന്നാണ്— ജീവിതത്തിന്റെ സർവ്വകലാശാലകൾ. അദ്ദേഹത്തിന്റെ കഥകളും വിശ്വാസവും രാഷ്ട്രീയവുമെല്ലാം ഈ ജീവിതത്തിൽനിന്നാണ് രൂപപ്പെടുന്നത്. സമൂഹത്തിന്റെ പാരമ്പര്യങ്ങളിൽ രൂഢമൂലമായ വിശ്വാസങ്ങളെ ഒറ്റയടിക്ക് തകർത്തുകളയാനൊന്നും ഗോർക്കി ശ്രമിക്കുന്നില്ല. അവയുടെ അടിവേരുകൾ കണ്ടെത്തുകയാണ് അദ്ദേഹം ചെയ്യുന്നത്.

ജീവിതത്തിന്റെ താഴെത്തട്ടിൽനിന്ന് വളർന്നുവന്ന സാഹിത്യകാരനാണ് മാർക്സിം ഗോർക്കി. റഷ്യയുടെ സാമൂഹിക–രാഷ്ട്രീയ–സാംസ്കാരിക പരിവർത്തനത്തിന് വേണ്ടി സമർപ്പിച്ച ജീവിതമായിരുന്നു അദ്ദേഹത്തിന്റേത്. റഷ്യയിൽ ആവിർഭവിച്ചുകൊണ്ടിരുന്ന മാർക്സിസ്റ്റ് സോഷ്യൽ ഡെമോക്രാറ്റിക് പ്രസ്ഥാനവുമായി പത്തൊമ്പതാം നൂറ്റാണ്ടിൽത്തന്നെ ബന്ധപ്പെട്ടിരുന്നു. ഈ ബന്ധം വഴി ധൈഷണിക സമൂഹമായും തൊഴിലാളിവർഗ്ഗമായും സമ്പർക്കത്തിലേർപ്പടാൻ അദ്ദേഹത്തിനു സാധിച്ചു.

ഗോർക്കിയുടെ എല്ലാ രചനകളിലും മാനവികതയുടെ ആന്തരിക ചൈതന്യം അസാധാരണമായ കാന്തിയോടെ തുടിച്ചുനില്ക്കുന്നു. ചുറ്റുപാടുമുള്ള ജീവിത സാഹചര്യങ്ങൾക്കുമുമ്പിൽ കീഴടങ്ങുന്ന ഭീരുവായ മനുഷ്യനല്ല, പ്രകൃതിസിദ്ധമായ അഭിമാനബോധത്തോടെ, ഇച്ഛാശക്തിയാൽ പ്രചോദിതനായ മനുഷ്യനെയാണ് ഗോർക്കി ആവിഷ്കരിക്കുന്നത്. ഗോർക്കിയുടെ പ്രധാന കഥാപാത്രങ്ങൾ മിക്കവരും 'അസ്വസ്ഥ'രാണ്; വിശ്വാസവും സന്ദേഹവും തമ്മിൽ ജീവിതസ്നേഹവും മനുഷ്യരുടെ അല്പത്വവും തമ്മിലുണ്ടാവുന്ന വൈരുദ്ധ്യങ്ങളെ നേരിടാൻവേണ്ടി പൊരുതുന്ന മനുഷ്യരാണവർ. സാഹിത്യത്തിന്റെയും ധൈഷണികപ്രവർത്തനത്തിന്റെയും രംഗത്തുമാത്രമല്ല, രാഷ്ട്രീയരംഗത്തും അദ്ദേഹം ഈ പോരാട്ടം വ്യാപിപ്പിച്ചു. സാറിസ്റ്റ് ഭരണത്തിനെതിരായിരുന്നു അദ്ദേഹം. പല തവണ അദ്ദേഹം തടവിലടയ്ക്കപ്പെട്ടു. വിപ്ലവകാരികളുമായും, വിപ്ലവകാരികളുടെ അജയ്യനേതാവ് വ്ളാദിമർ ലെനിനുമായും അദ്ദേഹം നിതാന്ത സൗഹൃദം സ്ഥാപിച്ചു.

ഈ ഗ്രന്ഥത്തിൽ ഉൾപ്പെടുത്തിയിരിക്കുന്നത് ഗോർക്കിയുടെ ആറ് രചനകളാണ്– *പ്രായം ചെന്നവൾ ഭൂമി* എന്നു വിവർത്തനം ചെയ്യപ്പെട്ടിരിക്കുന്ന *Old Izergil*, *ഒരു മനുഷ്യൻ പിറക്കുന്നു, പെൺകരുത്തിന്റെ കഥ*എന്ന് വിവർത്തനം ചെയ്യപ്പെട്ടിരിക്കുന്ന *മകാർ ചുദ്ര, കഴുകന്റെ പാട്ട്, ഒരു ശരത്കാലം* എന്നീ കഥകളും *കടൽപ്പക്ഷിയുടെ പാട്ട്* എന്ന കവിതയും. ഇവയിൽ അവസാനത്തേത് കഥയല്ല, കവിതയാണ്. അന്തിമവിപ്ലവത്തിനുള്ള ആഹ്വാനം മുഴങ്ങുന്ന ഒരു കവിത. ജീവിതത്തെ അതിന്റെ ബഹുലമായ തലങ്ങളിൽ അവതരിപ്പിക്കുന്ന കഥയാണ് വൃദ്ധയായ ഇസർഗിൽ എന്ന കഥ. മൂന്നു ഭാഗങ്ങളുള്ളതാണ് ഈ കഥ. അവയിലൊന്ന് ഇസർഗിലിന്റെ ജീവിതം തന്നെയാണ്. കാമവും സ്നേഹവും നിറഞ്ഞ് യൗവനത്തിലൂടെ മദ്ധ്യവയസ്സിൽ ത്യാഗപൂർണ്ണമായ പ്രണയത്തിലേക്കും വാർദ്ധക്യത്തിൽ അനാസക്തമായ സ്മരണകളിലേക്കും കടന്നുചെല്ലുന്ന ജീവിതമാണവരുടേത്. മനുഷ്യസമൂഹത്തെ അഹങ്കാരംകൊണ്ട് വെല്ലുവിളിക്കുന്ന ലാറയുടെ കഥയും പരാജയത്തിന്റെ നിമിഷങ്ങളിൽ നിസ്സഹായരായി നില്ക്കുന്ന മനുഷ്യർക്ക് പ്രകാശവും പ്രചോദനവും നല്കുന്ന ഡാങ്കോവിന്റെ കഥയുമാണ് മറ്റുരണ്ടു കഥകൾ. രണ്ടുകഥകളും ഇസർഗിൽ തള്ള പറയുന്നതാണ്. റഷ്യൻ സാമ്രാജ്യത്തിൽ ജനിച്ചുവീഴുന്ന പുതിയ മനുഷ്യന്റെ പിറവിയെക്കുറിച്ചുള്ളതാണ് *ഒരു മനുഷ്യൻ പിറക്കുന്നു* എന്ന കഥ. എല്ലാ കഥകളിലും ജീവിതത്തിന്റെ ദുരന്തവും ശുഭപ്രതീക്ഷകളും സമ്മേളിക്കുന്നു. *മകാർ ചുദ്ര (പെൺകരുത്തിന്റെ കഥ)* ഈ ഗണത്തിലെ അനുപമമായൊരു രചനയാണ്.

ഈ കഥകൾക്ക് പൊതുവിൽ ഒരു ജിപ്സി പശ്ചാത്തലമുണ്ട്. സദായാത്രചെയ്തുകൊണ്ടിരിക്കുന്ന ജിപ്സികൾ വിശ്വസാഹിത്യത്തിലുടനീളം പ്രത്യക്ഷപ്പെടുന്നുണ്ട്. *ഏകാന്തതയുടെ നൂറ് വർഷങ്ങളിൽ*

മാർക്വേസിനെ പ്രചോദിപ്പിക്കുന്ന ഒരു ജനവിഭാഗമാണ് ജിപ്സികൾ. കരുത്തും അറിവും മേളിച്ചിരിക്കുന്ന മനുഷ്യരാണവർ. പാരമ്പര്യവും സർവ്വലോക സംസ്കാരവും അവരുടെ കരുത്താകുന്നു, ജ്ഞാനമാകുന്നു. അതുകൊണ്ടുതന്നെ ധീരമായൊരു സമൂഹമാണത്.

ആറ് രചനകൾ ചേർന്ന ഈ പുസ്തകത്തിന് *പ്രായം ചെന്നവൾ ഭൂമി* എന്ന പേരാണ് നല്കിയിരിക്കുന്നത്. ഗോർക്കിയെ വിവർത്തനം ചെയ്യുക എളുപ്പമല്ല. അദ്ദേഹം ആവിഷ്കരിക്കുന്ന ജീവിത പശ്ചാത്തലം പൂർണ്ണമായും മനസ്സിലാക്കിക്കൊണ്ട് മാത്രമേ വിവർത്തനം സാധിക്കുകയുള്ളൂ.

ഗോർക്കി സാഹിത്യത്തിലേക്കുള്ള പ്രവേശിക എന്ന നിലയിൽ വിഖ്യാതനായ എ വി ലൂനാചാർസ്കിയുടെ ഒരു പ്രഭാഷണം ഈ ഗ്രന്ഥത്തിൽ ഉൾക്കൊള്ളിച്ചിട്ടുണ്ട്.

സി പി അബൂബക്കർ

പ്രായം ചെന്നവൾ ഭൂമി

ബെസ്സറേബിയയിലെ അകിർമാനിനടുത്തുള്ള കടൽത്തീരത്തു വെച്ചാണ് ഞാൻ ഈ കഥകൾ കേട്ടത്.

ഒരു സായാഹ്നമായിരുന്നു അത്. ഞങ്ങളുടെ മുന്തിരി പെറുക്കൽ അവസാനിച്ചിരിക്കുന്നു. ഒരു മോൾഡേവിയൻ സംഘത്തോടൊപ്പമാണ് ഞാൻ പണിയെടുത്തുകൊണ്ടിരുന്നത്. ഒരു സംഘം കടൽത്തീരത്തേക്കുപോയി. ഞങ്ങൾ രണ്ടുപേർ മാത്രം അവിടെ ബാക്കിയായി, ഞാനും പ്രായം ചെന്ന ഇസർഗിൽ എന്നൊരു സ്ത്രീയും. മുന്തിരിവല്ലികളുടെ കടുത്ത നിഴലുകളിൽ കിടക്കുകയായിരുന്നു ഞങ്ങൾ. കടപ്പുറത്തേക്കു പോയവരുടെ നിഴൽരൂപങ്ങൾ രാത്രിയുടെ നീലനിഴലുകളുമായി ലയിക്കുന്നത് നിശ്ശബ്ദമായി ഞങ്ങൾ നോക്കിയിരുന്നു.

പോകുമ്പോൾ അവർ പാടുകയായിരുന്നു, ചിരിക്കുകയായിരുന്നു. സൂര്യപ്രകാശത്തിൽ വെള്ളോടുപോലെ തിളങ്ങുകയായിരുന്നു ആ സംഘത്തിലെ പുരുഷന്മാർ; അവർക്കു നിബിഢമായ കറുത്തമീശയും ചുരുൾമുടിയും ഉണ്ടായിരുന്നു; ചുരുൾമുടി ചുമലറ്റം തൂങ്ങിക്കിടന്നു. ചെറിയ ജാക്കറ്റുകളും നെരിയാണിക്കടുത്ത് കുടുങ്ങിനില്ക്കുന്ന വീതി കൂടിയ ട്രൗസറുമായിരുന്നു അവരുടെ വേഷം. പെൺകുട്ടികളും സ്ത്രീകളും ആഹ്ലാദചിത്തരായിരുന്നു. അവർക്ക് അഗാധമായ നീലക്കണ്ണുകളുണ്ടായിരുന്നു, അഴകാർന്ന ശരീരങ്ങളും. പുരുഷന്മാരുടേതുപോലെ തന്നെ വെള്ളോടിന്റെ പ്രകാശമുണ്ടായിരുന്നു, അവർക്കും. പട്ടുപോലെ മിനുപ്പാർന്നതായിരുന്നു അവരുടെ ചികുരം; അത് കെട്ടഴിഞ്ഞ് അയഞ്ഞിരുന്നു; ഊഷ്മളമായ തെന്നൽ അതിലൂടെ ഊഞ്ഞാലാടി. കാറ്റ് അനുസ്യൂതമായ ഒരു പ്രവാഹമായി ഞങ്ങളിലൊഴുകി; പക്ഷേ, അതെവിടെയാണ് ചിലപ്പോൾ തങ്ങിപ്പോകുന്നത്? എന്തു തടസ്സമാണ് കാറ്റിന്റെ ഒഴുക്കിനുള്ളത്? പിന്നെ, ശക്തമായ ഒരു വാതം സ്ത്രീക

ളുടെ തലമുടിയിൽ ആഞ്ഞുവീശി; അവരുടെ കഴുത്തിനു പിന്നിലെ രോമങ്ങൾ ഭ്രാന്തമായി പറന്നുകൊണ്ടിരുന്നു. യക്ഷിക്കഥകളിലെ അത്ഭുതസൃഷ്ടികളുടേതായ ഒരു രൂപം അവർ കൈവരിച്ചു. അവർ ദൂരെ, ദൂരെ പോയ്ക്കൊണ്ടിരിക്കെ, രാത്രിയും എന്റെ ഭാവനയും ചേർന്ന് അവരെ കൂടുതൽ സൗന്ദര്യത്തിൽ മൂടി.

ആരോ വയലിൻ വായിക്കുന്നുണ്ടായിരുന്നു; ആഴമേറിയ നാദത്തിൽ ഏതോ പെൺകിടാവ് പാടുന്നുണ്ടായിരുന്നു, പൊട്ടിച്ചിരികൾ കേൾക്കുന്നുണ്ടായിരുന്നു......

കടലിന്റെ മുഴക്കത്തിലും മഴയ്ക്കുമുമ്പ്, ഭൂമിയിൽനിന്ന് കുതിച്ചുയരുന്ന ബാഷ്പങ്ങളിലും അന്തരീക്ഷം കനത്തിരുന്നു. ഇപ്പോഴും ശിഥിലമായ കൊടുംമേഘങ്ങൾ പലരൂപങ്ങളിൽ, വർണ്ണങ്ങളിൽ ആകാശത്തിലൂടെ ഒഴുകി നടക്കുന്നു. ഇവിടെ അവ അവ്യക്തമായിരുന്നു; ധൂമനാളങ്ങൾപോലെ; പറയാനിരിക്കുന്ന വിസ്മയകരമായ ഒരു കഥയുടെ ആമുഖംപോലെ. എല്ലാം അവസാനിക്കുകയായിരുന്നു, വളർന്നുയർന്ന്, പതിയെ അസ്തമിക്കുകയായിരുന്നു. അകന്നകന്നു പൊയ്ക്കൊണ്ടിരിക്കെ ശബ്ദങ്ങൾ പൊഴിഞ്ഞു തീർന്നു. അവസാനം വിലാപപൂർണ്ണമായ നെടുവീർപ്പുകൾ മാത്രമായി.

“താനെന്താ അവരുടെകൂടെ പോകാഞ്ഞേ?” കടലിനുനേരെ തല കാണിച്ചുകൊണ്ട്, കിഴവിത്തള്ള ഇസർഗിൽ ചോദിച്ചു.

അവർ രണ്ടു മടക്കായി കൂനിക്കഴിഞ്ഞിരുന്നു. ഒരിക്കൽ കറുത്ത് പ്രകാശമാനമായിരുന്നു, അവരുടെ കണ്ണുകൾ; ഇപ്പോഴവ വിരസവും പീളകെട്ടിയതുമാണ്. തികച്ചും അപരിചിതമായ ഒരു ശബ്ദമായിരുന്നു അവരുടേത്; അവരുടെ നാക്ക് കടിച്ചാൽ പൊട്ടാത്ത എല്ലുകൊണ്ടുണ്ടായതാണെന്ന് തോന്നും.

“ പോവണമെന്നെനിക്കു തോന്നിയില്ല'' ഞാൻ പറഞ്ഞു.

“നിങ്ങൾ റഷ്യക്കാർ വയസ്സന്മാരായിട്ടാണ് പിറക്കുന്നത്. ചെകുത്താന്റെ വിളറിയ മുഖമാണ് നിങ്ങൾക്ക്. പെൺകുട്ടികൾക്കെല്ലാം പേടിയാണ് നിങ്ങളെ. പക്ഷേ, നീ തരക്കേടില്ല; നിനക്ക് യുവത്വമുണ്ട്, ചുണയുമുണ്ട്.''

ചന്ദ്രൻ ഉദിച്ചുയർന്നു. വലിയ വൃത്താകൃതിയുള്ള ചന്ദ്രൻ ചോരച്ചുവപ്പുള്ള ചന്ദ്രൻ. സ്റ്റെപ്പി പുൽമേടുകളുടെ നെഞ്ചിൽനിന്നാണത് ഉയർന്നു വന്നിരിക്കുന്നതെന്ന് തോന്നും. എത്രയെത്ര മനുഷ്യമാംസവും രക്തവുമാണത് വിഴുങ്ങിയിട്ടുള്ളത്! അതുകൊണ്ടാവണം സ്റ്റെപ്പി പുൽമേടുകൾ ഇത്രമാത്രം സമൃദ്ധവും ഫലപുഷ്ടവുമായിരിക്കുന്നത്. കിഴവിത്തള്ളയും ഞാനും ഇലകളുടെ പിണഞ്ഞുനില്ക്കുന്ന നിഴലുകളായി മാറി. ഞങ്ങളുടെ ഇടതുഭാഗത്തേക്ക് വ്യാപിച്ചിരിക്കുകയാണ് സ്റ്റെപ്പി പുൽമേടുകൾ. അവയിലൂടെ മേഘനിഴലുകൾ പാറുകയായിരുന്നു; ചിലപ്പോൾ വിളറി, ചിലപ്പോൾ നീലനിലാവിൽ സുതാര്യമായി.

“നോക്കൂ, അതാ ലാറ പോകുന്നു!”

തള്ള ചൂണ്ടിക്കാണിച്ച ഇടങ്ങളിൽ ഞാൻ നോക്കി. അവരുടെ വിറയാർന്ന വിരൽ എന്താണ് കാണിക്കുന്നത്, നിഴലുകൾ നീങ്ങുന്നുണ്ട്. അനേകം നിഴലുകൾ. അവയിൽ കടുത്ത ഒരെണ്ണം കൂടുതൽ വേഗത്തിൽ നീങ്ങുന്നുണ്ട്. ഒരു മേഘത്തുണ്ടുമായിച്ചേർന്ന് അത് ഭൂമിയിലേക്ക് വരികയായിരുന്നു.

"അവിടെങ്ങുമാരുമില്ലല്ലോ" ഞാൻ പറഞ്ഞു.

"എന്നേക്കാൾ കാഴ്ച കുറവാണ് തനിക്ക്; ഈ തള്ളയേക്കാൾ, സ്റ്റെപ്പിയിലൂടെ ഇരുണ്ടൊരു സാധനം പറക്കുന്നത് താൻ കണ്ടില്ലേ?"

ഞാൻ പിന്നെയും നോക്കി; അപ്പോഴും ഒന്നും കണ്ടില്ല, മേഘങ്ങളല്ലാതെ.

"അതൊരു നിഴലല്ലേ? അതിനെ എന്തിനാ ലാറയെന്നു വിളിക്കുന്നത്?"

"അതു ലാറയായതുകൊണ്ട്. അവന്റെ ഒരു നിഴലേ ഇപ്പോൾ ബാക്കിയുള്ളൂ. ആശ്ചര്യപ്പെടാനൊന്നുമില്ല, അവനിപ്പോ, ആയിരക്കണക്ക് കൊല്ലമായി ജീവിക്കുന്നു. സൂര്യന്റെ ചൂടിൽ അവന്റെ മാംസമെല്ലാം ഉണങ്ങിപ്പോയി; രക്തവും, അസ്ഥിയുമെല്ലാം; കാറ്റിൽ അതെല്ലാം പൊടിയായി പാറിപ്പോയി. അഹങ്കാരത്തിന് ദൈവം കൊടുക്കുന്ന ശിക്ഷ നോക്ക്!"

ആ കഥ പറയുക", ഞാൻ തള്ളയോടു പറഞ്ഞു. സ്റ്റെപ്പിയിലെ ആനന്ദപുഷ്കലമായൊരു കഥ ഞാൻ പ്രതീക്ഷിച്ചു. തള്ള ആ കഥ പറഞ്ഞു.

> ഇതു നടന്നിട്ടു ആയിരമായിരം കൊല്ലങ്ങൾ കടന്നുപോയി. ഉദയസൂര്യന്റെ നാട്ടിൽ, കടലിനക്കരെ, വലിയൊരു പുഴ ഒഴുകുന്നുണ്ട്. അവിടെ സൂര്യൻ പ്രകാശിക്കുന്നത് ഒട്ടും ദയയില്ലാതെയാണ്. അവിടത്തെ ഓരോ ഇലയ്ക്കും ഓരോ പുൽനാമ്പിനും മനുഷ്യനെ സൂര്യനിൽനിന്ന് മറച്ചു പിടിക്കാൻ കഴിയുന്ന വലിയ നിഴലുകളായിത്തീരാൻ കഴിവുണ്ട്.
>
> "ആ നാട്ടിൽ ഭൂമിക്ക് ഫലപുഷ്ടിയുണ്ട്, പ്രകൃതിയുടെ അളവറ്റ സമ്മാനങ്ങളുണ്ടവിടെ.
>
> 'അവിടെ ഒരുകാലത്ത് ചുണയുള്ള മനുഷ്യരുടെ ഒരു ഗോത്രം ജീവിച്ചിരുന്നു; അവർ കന്നുകാലികളെ വളർത്തി. ഹിംസ്രമൃഗങ്ങളെ വേട്ടയാടുന്നതിൽ പ്രത്യേക ചാതുര്യമായിരുന്നു അവർക്ക്. വേട്ടകഴിഞ്ഞാൽ സദ്യയായി. പാട്ടുപാടിയും പെൺകിടാങ്ങളുമൊത്ത് മദിച്ചും....
>
> ഒരുനാൾ, അത്തരമൊരു സദ്യയിൽ, ആകാശത്തിൽനിന്ന് ഒരു കഴുകൻ പറന്നു താഴ്ന്ന്, ഒരു പെൺകിടാവിനെ കൊത്തിയെടുത്തുകൊണ്ടുപോയി; രാത്രിപോലെ തിങ്ങിയ കറുത്ത തലമുടിയുള്ളൊരു കുട്ടിയെ.

> പക്ഷിയുടെ നേരെ ആളുകൾ എയ്ത അമ്പുകൾ തിരിച്ചു ഭൂമിയിൽ വീണു, കഴുകന് ഒരു പോറലുമേല്പിക്കാതെ. അങ്ങനെ അവ രെല്ലാം പെൺകിടാവിനെ തേടി യാത്രയായി. ആർക്കും അവളെ കണ്ടെത്താൻ കഴിഞ്ഞില്ല. കാലംപോയി. അവളെ എല്ലാവരും മറന്നു. ങ്, ങൂ അങ്ങനെയാണല്ലോ ഭൂമിയിൽ, എല്ലാവരും എല്ലാം മറക്കുന്നു.

തള്ള ഗാഢമായി നെടുവീർപ്പിട്ടു; പിന്നെ നിശ്ശബ്ദയായി. തകർന്ന ശബ്ദത്തിലാണ് സംസാരിച്ചത്. അവരുടെ നെഞ്ചിലുറങ്ങുന്ന വിസ്മരിക്കപ്പെട്ട യുഗങ്ങളുടെ വികാരങ്ങൾക്ക് അവർ ശബ്ദം നല്കുകയാണെന്നു തോന്നും. പുരാതനമായ കഥയ്ക്കുള്ള ആമുഖമായി കടൽ പ്രതിധ്വനിച്ചു. ഒരുപക്ഷേ, ഈ കടപ്പുറത്തു തന്നെയാവണം ഇ കഥ നടന്നത്.

"പക്ഷേ, ഇരുപത് കൊല്ലം കഴിഞ്ഞ് അവൾ സ്വയം തിരിച്ചുവന്നു; ക്ഷീണിച്ച്, ഉണങ്ങി. അവളോടൊത്ത് ഒരു യുവാവുണ്ടായിരുന്നു. ഇരുപത് വർഷം മുമ്പ് അവളിലുണ്ടായിരുന്ന ശക്തിയും സൗന്ദര്യവുമെല്ലാം നിറഞ്ഞ ഒരു യുവാവ്. അവൾ എവിടെയായിരുന്നുവെന്ന് ചോദിച്ചപ്പോൾ അവൾ പറഞ്ഞു, കഴുകൻ അവളെ ദൂരെ പർവ്വതങ്ങളിൽ കൊണ്ടുപോയി, ഭാര്യയാക്കിവെച്ചു. ഇത് അവരുടെ മകൻ. കഴുകൻ മരണപ്പെട്ടു പോയി. തന്റെ ശക്തി ക്ഷയിക്കുന്നത് മനസ്സിലാക്കിയ കഴുകൻ, ആകാശത്തിലേക്ക് അവസാനമായി പറന്നുയർന്ന്, പിന്നെ ചിറകുകൾ മടക്കി, കുന്നുകുഴികൾ നിറഞ്ഞ കൊക്കകളിൽ, തന്റെ മരണത്തിലേക്ക് പതിച്ചു.

കഴുകന്റെ മകനെ എല്ലാവരും അത്ഭുതത്തോടെ നോക്കി, അവന് അവരിൽനിന്ന് ഒരു വ്യത്യാസവുമില്ലായിരുന്നു, ഒരു കാര്യത്തിലൊഴികെ. പക്ഷികളുടെ രാജാവിന്റെ കണ്ണിലുള്ള തണുത്ത അഹങ്കാരത്തിന്റെ പ്രകാശമായിരുന്നു അവന്റെ കണ്ണുകളിൽ. അവർ അവനോട് സംസാരിച്ചപ്പോൾ അവൻ ആദ്യം മറുപടി പറഞ്ഞില്ല. ഗോത്രമൂപ്പന്മാർ അവനോട് സംസാരിച്ചപ്പോൾ അവർക്കു തുല്യനെന്ന നിലയിൽ അവന്റെ മറുപടി അവർക്ക് അത് സഹിക്കാൻ കഴിഞ്ഞില്ല; ഇത് ഒരു അപമാനമായി അവർ എടുത്തു; മൂർച്ചയില്ലാത്ത അറ്റത്തോടുകൂടിയ തൂവലില്ലാത്തൊരു അമ്പാണവന് എന്നവർ പറഞ്ഞു. അവനെപ്പോലെ ആയിരങ്ങൾ, അവന്റെ ഇരട്ടി വയസ്സുള്ള ആയിരങ്ങൾ അവരെ ആദരിക്കുന്നു, അവരുടെ ആജ്ഞകൾ അനുസരിക്കുന്നു. പക്ഷേ, അവൻ ധൈര്യത്തോടെ അവരുടെ കൺകളിലേക്ക് നോക്കി, എന്നിട്ടവൻ പറഞ്ഞു, തന്നെപ്പോലെ മറ്റാരുമില്ലെന്ന്; അവർ ആദരവ് നല്കിക്കൊള്ളട്ടെ, അതാണവരുടെ ഇഷ്ടമെങ്കിൽ. അവനത് കാര്യമാക്കുന്നില്ല.

ഇതോടെ മൂപ്പന്മാർക്ക് ശരിക്കും ദേഷ്യംവന്നു, രോഷത്തിൽ അവർ പറഞ്ഞു:

"അവന് നമുക്കിടയിൽ സ്ഥാനമില്ല. അവന് ഇഷ്ടമുള്ളിടത്ത് പൊയ്ക്കോള്ളട്ടെ."

ചിരിച്ചുകൊണ്ട് അവൻ പോയി, അവന് ഇഷ്ടമുള്ളിടത്ത്." തന്നെത്തന്നെ ഉറച്ചു നോക്കിക്കൊണ്ടിരുന്ന സുന്ദരിയായൊരു പെൺകിടാവിന്റെയടുത്ത് അവൻ പോയി, അവളെ കൈകളിൽ പൊക്കിയെടുത്തു. അവനെ ആക്ഷേപിച്ച ഒരു മൂപ്പന്റെ മകളായിരുന്നു അവൾ. അവൻ സുന്ദരനായിരുന്നു. പക്ഷേ, അവൾ അവനെ തട്ടിയകറ്റി, അവൾക്ക് അച്ഛനെ പേടിയായിരുന്നു. അവനെ തട്ടിയകറ്റി അവൾ നടന്നുപോയി. അവൻ ശക്തിയായി അവളെ ഇടിച്ചു. അവൾ താഴെ വീണു. അവളുടെ മാറിടത്തിൽ അവൻ അമർത്തിയമർത്തി ചുംബിച്ചു. അവളുടെ വായിലൂടെ ആകാശത്തോളം ഉയരത്തിൽ ചോര തെറിക്കുന്നുണ്ടായിരുന്നു. പെൺകിടാവ് വലിയ ഒരു നെടുവീർപ്പിട്ടു; പാമ്പിനെപ്പോലെ പുളഞ്ഞു, പിന്നീട് മരിച്ചു.

ഇതുകണ്ടവർ പേടികൊണ്ട് വിറച്ചു, ഒന്നും പറയാൻ കഴിയാതായി. ഒരു സ്ത്രീയെ ഇതുപോലെ ക്രൂരമായി കൊല്ലുന്നത് അവർ മുമ്പ് കണ്ടിട്ടില്ല. കുറേ ഏറെനേരം അവർ നിശ്ശബ്ദരായി നിന്നു; നന്നായി മിഴിച്ച കണ്ണുകളോടെ കിടക്കുന്ന അവളുടെ ശവശരീരം നോക്കിക്കൊണ്ട്, ചോരപുരണ്ട വായ നോക്കിക്കൊണ്ട്. അവൾക്കടുത്തുനില്ക്കുന്ന അവനെയും അവർ നോക്കി; ഒറ്റയ്ക്ക്, മറ്റുള്ളവരിൽനിന്നകന്ന്, അഹങ്കാരത്തോടെ. അവൻ തല ഉയർത്തുകപോലും ചെയ്തു, തനിക്കുള്ള ശിക്ഷ ധൈര്യമുണ്ടെങ്കിൽ തന്നുകൊള്ളൂ എന്ന് പറയുന്നപോലെ. ഞെട്ടലിൽനിന്ന് മോചനം വന്നപ്പോൾ, അവർ അവനെ പിടിച്ചു കെട്ടി, അവിടെ വിട്ടുപോയി; കൊല്ലുന്നത് വളരെ ചെറിയ ശിക്ഷയായിപ്പോകും; അതവർക്ക് സംതൃപ്തി നല്കുകയില്ല."

രാത്രി കനത്തു, കൂടുതൽ ഇരുണ്ടു. ചെറുചെറു ശബ്ദങ്ങൾ ഉയർന്നു. പച്ചക്കുതിരകൾ മുന്തിരിവള്ളികൾക്കിടയിൽ പറന്നു, ഇലകൾ നെടുവീർപ്പിട്ടു, അന്യോന്യം രഹസ്യങ്ങൾ മൊഴിഞ്ഞു. ചോരച്ചെമപ്പാർന്ന ചന്ദ്രബിംബം ഭൂമിയിൽനിന്ന് പിൻവാങ്ങാനെന്നപോലെ വിളറിവെളുത്തു; തന്റെ നീല വെളിച്ചം സ്റ്റെപ്പി പുൽമേടുകളിൽ സമൃദ്ധമായി പകർന്നു.

പിന്നെ മൂപ്പന്മാർ കുറ്റത്തിനൊത്ത ശിക്ഷ കൊടുക്കുന്നതിനെപ്പറ്റി ആലോചിക്കാൻ ഒത്തുകൂടി. കുതിരകളെക്കൊണ്ട് തുണ്ടംതുണ്ടമായി പറിച്ചുകീറിച്ചാലോ? ഛെ, ഇതുവളരെ മൃദുവായ ശിക്ഷയായിപ്പോകും; ഓരോരുത്തരും അവന്റെ ഉടലിലേക്കൊരമ്പ് എയ്താലോ? ഇതും, ഛെ, പറ്റില്ല; അവരത് തള്ളിക്കളഞ്ഞു. അവരെ ജീവനോടെ ചുട്ടുകൊല്ലണമെന്ന ഒരഭിപ്രായം വന്നു. പക്ഷേ, പുകപടലങ്ങൾ അവന്റെ കഷ്ടപ്പാടുകൾ അവരിൽനിന്ന് മറച്ചുവയ്ക്കും. പല അഭിപ്രായങ്ങളുണ്ടായി. ഒന്നും എല്ലാവരേയും തൃപ്തരാക്കിയില്ല. ഈ സമയത്തൊക്കെ അവന്റെ അമ്മ നിശ്ശബ്ദയായി അവർക്കു മുമ്പിൽ കുനിഞ്ഞുനിന്നു; അവരുടെ

സഹതാപം ഉണർത്താൻ പറ്റിയ വാക്കുകളോ കണ്ണീരോ കിട്ടാതെ അമ്മ നിന്നു. അവർ കുറേനേരം സംസാരിച്ചു. അവസാനം വിവേകശാലിയായ ഒരാൾ, നന്നായി ആലോചിച്ചതിനുശേഷം പറഞ്ഞു:

"അവനെന്തിനിതു ചെയ്തുവെന്ന് ചോദിക്കാം."

അവർ ചോദിച്ചു:

"എന്റെ കെട്ടഴിക്കുക" അവൻ പറഞ്ഞു. "കെട്ടിയിട്ടാൽ ഒരുവാക്കും ഞാൻ പറയില്ല."

കെട്ടഴിച്ചപ്പോൾ അവൻ പറഞ്ഞു:

"എന്താണ് നിങ്ങൾക്കുവേണ്ടത്? "–

അടിമകളോട് യജമാനൻ ചോദിക്കുന്ന സ്വരമായിരുന്നു, അവന്.

"നീ കേട്ടല്ലോ", വിവേകിയായ മനുഷ്യൻ പറഞ്ഞു.

"എന്റെ കൃത്യങ്ങൾ എന്തിന് നിങ്ങൾക്കു മുമ്പിൽ ഞാൻ വിശദീകരിക്കണം?"

"എന്തിനെന്ന് ഞങ്ങൾക്കറിയാൻ. കേൾക്കൂ, അഹങ്കാരി; നീ മരിക്കുമെന്നത് സുനിശ്ചിതം. എന്തിന് അത്തരത്തിലൊരു ക്രൂരകൃത്യം ചെയ്തുവെന്ന് ഞങ്ങളോട് പറയുക. ഞങ്ങൾ ജീവിച്ചുകൊണ്ടേയിരിക്കും; ഞങ്ങളുടെ അറിവ് വർദ്ധിപ്പിക്കേണ്ടതാവശ്യമാണ്."

"ശരി, ഞാൻ പറയാം, അതെന്തിനു ചെയ്തുവെന്ന് എനിക്കും ശരിക്കറിയില്ല. അവളെ ഞാൻ കൊന്നു; അവൾ എനിക്ക് മടുപ്പുണ്ടാക്കി. സത്യത്തിൽ അവളെ എനിക്കുവേണ്ടിയിരുന്നു."

"പക്ഷേ, അവൾ നിന്റേതായിരുന്നില്ല", അവർ പറഞ്ഞു.

"ഓ, നിങ്ങളെല്ലാം സ്വന്തം വസ്തുക്കളാണോ ഉപയോഗിക്കുന്നത്? മനുഷ്യന് കൈയും കാലുമല്ലാതെ, സംസാരിക്കാൻ ഒരു നാക്കല്ലാതെ, മറ്റൊന്നുമില്ല. എന്നിട്ടും അവന് കന്നുകാലികളുണ്ട്, സ്ത്രീകളുണ്ട്, ഭൂമിയുണ്ട്, മറ്റനേകം വസ്തുക്കളുണ്ട്.

"അതിനവർ പറഞ്ഞു, മനുഷ്യൻ നേടുന്ന ഓരോ വസ്തുവിനും വില നല്കണമെന്ന്– മനസ്സുകൊണ്ടോ, ശക്തികൊണ്ടോ മരണം കൊണ്ടോ വിലനല്കണം."

താൻ ഒരു വിലയും നല്കാനുദ്ദേശിക്കുന്നില്ലെന്നവൻ പറഞ്ഞു."

അവനോട് സംസാരിച്ചതിനുശേഷം അവർക്കു മനസ്സിലായി, താൻ മറ്റുള്ളവരേക്കാൾ മേലെയാണെന്നവൻ കരുതുന്നു, തന്നെപ്പറ്റിയല്ലാതെ മറ്റാരെപ്പറ്റിയും അവൻ ആലോചിക്കുന്നില്ല. അവൻ ലോകത്തിൽനിന്ന് പൂർണ്ണമായി മാറിനില്ക്കുകയാണെന്നറിഞ്ഞപ്പോൾ അവർക്ക് പേടിയായി. അവന് ഗോത്രമില്ല, അമ്മയില്ല, കന്നുകാലികളില്ല, ഭാര്യയില്ല. എന്തെങ്കിലുമുണ്ടാവണമെന്ന് അവന് ആശയുമില്ല.

ഇത് കാണെ, എന്തായിരിക്കാം അവനു പറ്റിയ ശിക്ഷയെന്ന് അവർ വീണ്ടും ചർച്ച ചെയ്തു. അധികം സംസാരിക്കുന്നതിനുമുമ്പ് വിവേകിയായ മനുഷ്യൻ വീണ്ടും ഇടപെട്ടു. ഇതുവരെ അദ്ദേഹം ഒന്നും പറഞ്ഞിരുന്നില്ല. അദ്ദേഹം പറഞ്ഞു:

"നോക്കൂ, നല്ലൊരു ശിക്ഷ ഞാൻ കണ്ടെത്തി. വളരെ അഭിശപ്തമായ ഒരു ശിക്ഷ. ഒരായിരം കൊല്ലം കഴിഞ്ഞാലും ഇത്തരമൊരു ദണ്ഡനത്തെപ്പറ്റി നിങ്ങൾക്ക് ആലോചിക്കാനാവില്ല; അതിനു സമമായൊരു പീഡനത്തെപ്പറ്റി, അവന്റെ ദണ്ഡനം അവനിൽ തന്നെയാണ്. അവന്റെ കെട്ടഴിച്ചുവിട്. അവൻ പോയ്ക്കൊള്ളട്ടെ. അതാവട്ടെ അവനുള്ള ദണ്ഡനം."

അപ്പോൾ ആശ്ചര്യകരമായൊരു കാര്യം സംഭവിച്ചു. മേഘമില്ലാത്ത ആകാശത്ത് വലിയൊരിടിമുഴക്കമുണ്ടായി. വിവേകിയായ മനുഷ്യന്റെ നിശ്ചയം. സ്വർലോകശക്തികൾ അംഗീകരിച്ചു. എല്ലാവരും അതു സ്വീകരിച്ചു; പിന്നെ അവർ പിരിഞ്ഞുപോയി. യുവാവ്, അവനെ ലാറയെന്നാണ് വിളിച്ചത്; ശപിക്കപ്പെട്ടവൻ, തിരസ്കൃതൻ എന്നാണ് ആ പേരിന്റെ അർത്ഥം തന്നെ തിരസ്കരിച്ച ജനങ്ങളെ നോക്കി യുവാവ് പരിഹാസപൂർവ്വം ചിരിച്ചു; താൻ ഒറ്റയ്ക്കാണെന്ന അറിവിൽ ഉറക്കെയുറക്കെ ചിരിച്ചു, പിതാവിനെപോലെ സ്വതന്ത്രനാണ് താൻ. പക്ഷേ, പിതാവ് മനുഷ്യനായിരുന്നില്ല. എവിടെ ആയാലും പക്ഷിയെപ്പോലെ സ്വതന്ത്രനായി ജീവിക്കാൻ തുടങ്ങി അവൻ. അവൻ കന്നുകാലികളെ മോഷ്ടിച്ചു, പെൺകിടാങ്ങളെ മോഷ്ടിച്ചു, ഗോത്രക്കാരിൽനിന്ന് തനിക്കിഷ്ടമുള്ള എല്ലാം കവർന്നെടുത്തു. അവർ അവന്റെ നേരെ അമ്പയച്ചു. അതവന്റെ ശരീരത്തിൽ തുളച്ചുകയറിയില്ല; ഏറ്റവും വലിയ ദണ്ഡനത്തിന്റെ അദൃശ്യമായ കവചം അവനെ രക്ഷിച്ചു നിർത്തുന്നതുപോലെ. അവൻ സമർത്ഥനും ആർത്തിക്കാരനും കുരുടനും ക്രൂരനും ആയിരുന്നു. ഒരിക്കലും ആളുകളെ അവൻ മുഖത്തോടു മുഖം നോക്കിയില്ല. അവർ അവനെ ദൂരത്തു വെച്ചാണ് കണ്ടത്. ദീർഘകാലം മനുഷ്യസമൂഹത്തിന്റെ ഇറമ്പിൽ അവൻ ഒറ്റയ്ക്ക് അലഞ്ഞുതിരിഞ്ഞു. ദീർഘദീർഘകാലം. അങ്ങനെ ഒരുദിവസം അവൻ ഒരു ജനവാസകേന്ദ്രത്തിനടുത്തേക്ക് ഇഴഞ്ഞുചെന്നു. ജനങ്ങൾ അവനെ ആക്രമിക്കാൻ ഒരുമ്പെട്ടപ്പോൾ, അവൻ അനങ്ങാതെനിന്നു. രക്ഷപ്പെടാൻ ശ്രമിച്ചില്ല. ഒരാൾ അവന്റെ ഉദ്ദേശ്യം മനസ്സിലാക്കി, അലറി. "അവനെ തൊടരുത്, അവൻ മരണത്തെയാണ് തേടുന്നത്."

ജനങ്ങൾ അവരുടെ കൈകൾ നിശ്ചലമാക്കി;

"അവനെ കൊല്ലരുത്, അതുവഴി അവന്റെ കുറ്റംകൊണ്ട് ദുഃഖിതനായ ഒരാൾക്ക് ആശ്വാസം ലഭിക്കട്ടെ. അവർ കൈകൾ അനക്കാതെ നിന്നു; അവനെ നോക്കി പരിഹാസത്തോടെ ചിരിച്ചു. അവരുടെ ചിരിയൊച്ചകൾക്ക് ഒരുതരം വിറയുണ്ടായിരുന്നു. സ്വന്തം നെഞ്ച് മുറുക്കി മുറുക്കിപ്പിടിച്ച് അവിടെയെന്തോ തേടുന്നതുപോലെ. പെട്ടെന്നവൻ ജനങ്ങൾക്കിടയിലേക്ക് ചാടി. കൈയിലൊരു കല്ലുമായി. അവന്റെ ഇടിയിൽനിന്ന് അവർ സൂത്രത്തിൽ രക്ഷപ്പെട്ടു. തിരിച്ചവനെ ഇടിച്ചില്ല. അവസാനം അവൻ പരിക്ഷീണനായി. നൈരാശ്യത്തിൽ ഉറക്കെയുറക്കെ കരഞ്ഞു. നിലത്തു വീണുരുണ്ടു; ജനങ്ങൾ പിൻവാങ്ങി, നോക്കി

നിന്നു. അവൻ തന്റെ കാലുകളിൽ നില്ക്കാൻ യത്നിക്കുന്നതുകണ്ടു. സംഘട്ടനത്തിൽ താഴെ വീണ ഒരു കത്തിയെടുക്കുന്നതും അത് ഉപയോഗിച്ച് തന്റെ മാറിടം നോക്കി കുത്തുന്നതും അവർ കണ്ടു. കല്ലിൽ കുത്തിയതെന്നപോലെ കത്തി രണ്ടായിമുറിഞ്ഞു. വീണ്ടുമവൻ നിലത്തുവീണുരുണ്ടു, തല നിലത്തുരസി, അടിച്ചു, പക്ഷേ, ഭൂമിയും അവനിൽനിന്ന് പിന്തിരിഞ്ഞു. നിലത്തിടിച്ച ഭാഗത്ത് അവന്റെ തലയിൽ ഒരു ദ്വാരമുണ്ടായി വന്നു.

"അവന് മരിക്കാനാവില്ല!" ആഹ്ലാദത്തിൽ ജനങ്ങൾ പറഞ്ഞു.

അവർ പിരിഞ്ഞുപോയി, അവനിൽ നിന്നകന്നു. അവൻ മലർന്നു കിടന്ന്, ആകാശം നോക്കി, ദൂരെദൂരെ ഉയരത്തിൽ ശക്തരായ കഴുകച്ചാരുടെ കറുത്തപുള്ളികൾ അവൻ കണ്ടു. ലോകത്തെ മുഴുവൻ ദുഃഖത്തിലാഴ്ത്തുന്ന കഷ്ടത അവന്റെ കണ്ണുകൾ നിറയെ ഉണ്ടായിരുന്നു. അന്നുമുതൽ ഇന്നുവരെ, അവൻ ഏകനാണ്, മരണവുംകാത്ത്, ഭൂമിയിൽ അലഞ്ഞുതിരിയുകയല്ലാതെ അവന് മറ്റൊന്നും ചെയ്യാനാവുന്നില്ല. നീതന്നെ കണ്ടിട്ടുണ്ട്, അവൻ ഒരു നിഴലായിത്തീർന്നെന്ന്, കാലത്തിന്റെ അവസാനംവരെ അവൻ നിഴലായിരിക്കുകയും ചെയ്യും. അവനൊന്നും മനസ്സിലാവുന്നില്ല, മനുഷ്യന്റെ വാക്കുകളോ പ്രവൃത്തികളോ ഒന്നും; അവൻ അലഞ്ഞുകൊണ്ടേയിരിക്കുന്നു, അനന്തമായി, എന്തോ തേടി. അവൻ ജീവിക്കുന്നു എന്ന് പറഞ്ഞുകൂടാ. എന്നിട്ടും അവന് മരിക്കാൻ കഴിയുന്നില്ല. മനുഷ്യർക്കിടയിൽ അവന് സ്ഥാനമില്ല. അഹങ്കാരം വരുത്തുന്ന വിന!"

കിഴവിത്തള്ള നെടുവീർപ്പിട്ടു, ഒന്നോ രണ്ടോ തവണ തലയാട്ടി. തല അവരുടെ നെഞ്ചിലേക്ക് ചാഞ്ഞിരുന്നു.

ഞാൻ അവരെ നോക്കി. ഉറക്കം അവരെ കീഴ്പ്പെടുത്തുകയാണെന്നു തോന്നി. എന്തോ കാരണത്താൽ അവരെപ്പറ്റി എനിക്ക് സങ്കടം തോന്നി. അവർ കഥ അവസാനിപ്പിച്ചത് ഉയർന്ന, ശപിക്കുന്ന സ്വരത്തിലാണ്. എങ്കിലും അതിൽ ഭീതിയുടെയും അടിമത്തത്തിന്റെയും സ്വരം ഞാൻ കേട്ടു.

കടൽക്കരയിൽ ജനങ്ങൾ അപ്പോഴും പാടുകയായിരുന്നു, വളരെ അസാധാരണമായ മട്ടിൽ മൃദുവായ ഈണത്തിൽ പാടുന്ന ഒരു സ്ത്രീയാണ് ഗാനം ആരംഭിച്ചത്. അവർ രണ്ടോ മൂന്നോ സ്വരങ്ങൾ മാത്രം പാടി, അതോടെ രണ്ടാമതൊരു ശബ്ദം അതേറ്റെടുത്തു; ആ ശബ്ദം എല്ലാം തുടക്കംമുതൽ പാടി; പിന്നെ ഒന്നാമത്തെ ആൾ തുടർന്നു പാടി. പുതിയ ശബ്ദങ്ങൾ ഒന്നൊന്നായി വന്നു. മൂന്നാമത്, നാലാമത്, അഞ്ചാമത് ശബ്ദങ്ങൾ ഇതുപോലെ പാട്ട് ഏറ്റെടുത്തു. പെട്ടെന്ന് ഇതേ ട്യൂൺ ഒരു കോറസ് ഏറ്റെടുത്തു, പുരുഷന്മാരുടെ കോറസ്.

ഓരോ സ്ത്രീശബ്ദവും പ്രത്യേകമായി കേൾക്കുന്നുണ്ടായിരുന്നു, വ്യത്യസ്തവർണ്ണങ്ങളുടെ പ്രവാഹം പാറയിൽ വന്നിടിക്കുന്നതുപോ

ലെയായിരുന്നു അവ. തുള്ളിയും ചാടിയും ശിഥിലമായി തിളങ്ങിയും ഉയരുന്ന പുരുഷശബ്ദങ്ങളോട് ചേരാനുള്ള അഭിനിവേശത്തിൽ വേഗം കൂട്ടിയും മുങ്ങിയും അതിൽനിന്ന് അസ്ത്രംകണക്കെ മുന്നോട്ട് പാഞ്ഞും വീണ്ടും മുങ്ങിയും, വീണ്ടും വീണ്ടും മുങ്ങിയും ഓരോന്നോരോന്നായി വലിയ പ്രവാഹത്തിൽനിന്ന് വേർപിരിഞ്ഞ്, പിന്നെ വ്യക്തമായി, ശക്തമായി, അത്യുന്നതങ്ങളിലേക്കുയർന്നു.

കടൽഭംഗത്തിന്റെ ശബ്ദം പാട്ടിനിടയിൽ കേൾക്കാമായിരുന്നില്ല.

"ഇങ്ങനെ പാടുന്നത് നീ മുമ്പ് കേട്ടിട്ടുണ്ടോ?" ഇസർഗിൽ തല ഉയർത്തി ചോദിച്ചു, പല്ലില്ലാത്ത മോണകാട്ടി മന്ദഹസിച്ചു.

"ഇല്ല, കേട്ടിട്ടില്ല, ഒരിടത്തും..."

"ഇനി നീ കേൾക്കുകയുമില്ല. ഞങ്ങൾക്ക് പാടാൻ ഇഷ്ടമാണ്. സൗന്ദര്യമുള്ള ഒരു വംശത്തിനു മാത്രമേ പാടാൻ കഴിയുള്ളൂ— ജീവിതത്തോട് ആസക്തിയുള്ള വംശത്തിന്. ഞങ്ങൾ അതുപോലൊരു വംശമാണ്. നോക്കൂ, പകൽ നേരത്തെ പണികൊണ്ട് അവർക്ക് ആ പാട്ടുകാർക്ക്, ക്ഷീണമില്ലെന്നാണോ നീ വിചാരിക്കുന്നത്? അവർ ഉദയം മുതൽ അസ്തമയംവരെ അദ്ധ്വാനിച്ചു; ഇപ്പോൾ ചന്ദ്രനുദിച്ചതോടെ അവർ പാടുകയാണ്. ജീവിതത്തിൽ ഒരു താല്പര്യമില്ലാത്തവരാണെങ്കിൽ, അവർ ഉറങ്ങാൻ പോകുമായിരുന്നു; ജീവിതത്തെ മധുരമായി കാണുന്ന അവർ പാടുകയാണ്."

"പക്ഷേ, അവരുടെ ആരോഗ്യം.." ഞാൻ തുടങ്ങി.

"ഓ, ഒരു ജീവിതകാലത്തേക്കുള്ള ആരോഗ്യമെല്ലാം എല്ലാവർക്കും ഉണ്ട്. ആരോഗ്യം! പണമുണ്ടായിരുന്നെങ്കിൽ നീ അത് ചെലവാക്കുകയില്ലേ? ആരോഗ്യം സ്വർണ്ണംപോലെയാണ്. എന്റെ യൗവനം എങ്ങനെ കഴിഞ്ഞുവെന്നറിയാമോ തനിക്ക്. പുലർച്ചമുതൽ അന്തിവരെ ഞാൻ ചവിട്ടു പായ നെയ്തു. നടുവ് നീർത്താതെ സൂര്യന്റെ രശ്മിപോലെ നിറയെ ജീവിതമായിരുന്നു, ഞാൻ കല്ലുപോലെ ഇരുന്ന് നെയ്യണം. അത്രയധികം ഇരുന്നിട്ട് ചിലപ്പോൾ എല്ലുമുറിയുന്നുണ്ടായിരുന്നു. പക്ഷേ, സന്ധ്യയായാൽപ്പിന്നെ, ഞാൻ ഓടിച്ചെല്ലും, എന്റെ പ്രിയപ്പെട്ട പുരുഷന്റെ അടുത്ത്. മൂന്നുമാസമാണ് ആ പ്രണയം നിലനിന്നത്. ദിവസവും ഞാൻ അയാൾക്കടുത്ത് ഓടിയെത്തും, എന്റെ രാത്രികൾ മുഴുവൻ അയാളോടൊത്ത് ചെലവഴിക്കും. എന്നിട്ട് നോക്ക്, എനിക്കെത്ര വയസ്സായി? എന്റെ അത്രവയസ്സുള്ള ആരുണ്ട്! അത്രയും ഞാൻ ജീവിച്ചു. എന്റെ സിരകളിലെ ചോര മതിയായിരുന്നു, അല്ലേ? എത്രവട്ടമാണ് ഞാൻ പ്രണയബദ്ധയായത്? എത്ര ചുംബനമാണ് ഞാൻ നല്കിയത്! എത്ര ചുംബനമാണ് എനിക്ക് കിട്ടിയത്?"

ഞാൻ അവരുടെ മുഖത്തേക്കു നോക്കി. ആ കറുത്ത കണ്ണുകൾ ഇപ്പോഴും വിരസം; സ്മരണകൾപോലും അവയുടെ പ്രകാശം തിരിച്ചുകൊണ്ടുവരുന്നില്ല. അവരുടെ ഉണങ്ങിയ, ചിതറിയ ചുണ്ടുകളിൽ ചന്ദ്രൻ

വെളിച്ചം പകർന്നു, നരച്ച രോമങ്ങൾ ഒറ്റപ്പെട്ടുനില്ക്കുന്ന താടിയിൽ പ്രകാശം പരന്നു; മൂങ്ങയുടെ കൊക്കുപോലെ ചുരുണ്ടിരിക്കുന്ന ചുളിഞ്ഞ മൂക്കിലും കിരണങ്ങളെത്തി. മുഖത്ത് കവിൾത്തടമുണ്ടായിരുന്നിടത്ത് ഇരുണ്ട ദ്വാരങ്ങളാണ്; അവയിലൊന്നിൽ നരച്ച രോമങ്ങളുടെ ഒരു ചുറ്റ്. തല തിരിക്കുമ്പോൾ ചുറ്റിയിരുന്ന ചുവന്ന പഴന്തുണിച്ചീളിൽനിന്ന് പറിഞ്ഞുവീണതാവാമത്. ചുളിവുകളുടെ ഒരു വല അവരുടെ മുഖവും കഴുത്തും കൈകളും മറയ്ക്കുന്നുണ്ട്. അവരുടെ ഓരോ ചലനത്തിലും ഞാൻ വിചാരിച്ചു, അവരുടെ ചർമ്മപടം പൊട്ടി, തൊലി പൊളിഞ്ഞ്, എന്റെ അടുത്തിരിക്കുന്നത് വിരസമായ കറുത്ത കണ്ണുകളുള്ള ഒരസ്ഥികൂടമാണെന്ന്.

ചിതറിയ ശബ്ദത്തിൽ അവർ വീണ്ടും സംസാരിച്ചു.

“അമ്മയോടൊപ്പം ഫാൽമിക്കടുത്താണ് ഞാൻ പാർത്തിരുന്നത്. ബ്ര ക്കു ബിർളത്ത് നദിക്കരയിൽ. അയാൾ ഞങ്ങളുടെ കൃഷിയിടത്തിൽ വരുമ്പോൾ എനിക്ക് വയസ്സ് പതിനഞ്ച്. ദീർഘകായൻ, ഇരുണ്ട്, ഗാംഭീര്യമുള്ള ഒരു സന്തോഷവാനായിരുന്നു അയാൾ. ഞങ്ങളുടെ ജനവാതിലിനുകീഴിൽ വള്ളം നിർത്തി മണിയുടെ ശബ്ദത്തിൽ അയാൾ ചോദിക്കുകയാണ്; “ഹലോ! കുറച്ചു വീഞ്ഞും, തിന്നാനെന്തെങ്കിലും തരുവോ?” ഞാൻ ജനവാതിലിനു പുറത്തേക്കു നോക്കി. അശോകവൃക്ഷത്തിന്റെ ശാഖകളിലൂടെ നിലാവിൽ പുഴ ആകെ നീലനിറം ചൂടിയിരിക്കുന്നത് ഞാൻ കണ്ടു. വെള്ളച്ചരടുകൊണ്ട് കെട്ടിയുറപ്പിച്ച, ഒരു വെള്ളക്കുപ്പായമിട്ട്, ഒരു കാൽ വള്ളത്തിലും മറുകാൽ കരയിലുമായി വള്ളം ഇളക്കിക്കൊണ്ട് നിന്ന് അയാൾ പാടുകയാണ്. എന്നെ കണ്ടപാടെ അയാൾ പറഞ്ഞു: “ഹായ്, എത്ര സുന്ദരിയായ ഒരു പെൺകിടാവാണിവിടെ കഴിയുന്നത്, ഞാനിതൊന്നുമറിഞ്ഞിരുന്നില്ലേയ്!” ഹും, ലോകത്തിലെ മറ്റെല്ലാ സുന്ദരിക്കുട്ടികളെയും അയാൾക്കറിയാമെന്നപോലെ! ഞാനയാൾക്ക് കുറച്ച് വീഞ്ഞും അല്പം പോർക്കും കൊടുത്തു. നാലുദിവസം കഴിഞ്ഞതേയുള്ളൂ. ഞാൻ എന്നെത്തന്നെ അയാൾക്കുകൊടുത്തു. എല്ലാ രാത്രികളിലും ഞങ്ങൾ പുഴയിലൂടെ ബോട്ടിൽ യാത്ര ചെയ്തു രസിച്ചു. അയാൾ വന്ന്, പതുക്കെ ചൂളമടിക്കും; ഞാൻ ജനവാതിൽ ചാടിക്കടന്ന്, ഒരു മീനിനെപ്പോലെ പുഴക്കരെയെത്തും. എന്നിട്ടു ഞങ്ങളങ്ങനെ പോകും. പ്രൂട്ട് എന്ന നാട്ടിൽനിന്നുള്ള മീൻപിടുത്തക്കാരനായിരുന്നു അയാൾ. അമ്മ ഇത് കണ്ടുപിടിച്ചു, എന്നെ തല്ലി; അപ്പോൾ ദോബ്രുജയിലേക്ക് അയാളോടൊപ്പം ഓടിപ്പോവാൻ അയാളെന്നെ നിർബ്ബന്ധിച്ചു. അതിനപ്പുറം വേണമെങ്കിൽ ഡാന്യൂബിന്റെ ഉപനദികൾക്കരികിലേക്കു പോകാനും. പക്ഷേ, ഇതിനകം എനിക്കയാളെ മടുത്തുപോയിരുന്നു. പാടുക, ശരീരം പങ്കുവയ്ക്കുക–ഇതല്ലാതെ മറ്റൊന്നും അയാൾ ചെയ്തിരുന്നില്ല. ഭയങ്കരബോറായിരുന്നു അത്. അക്കാലത്താണ് ഒരു സംഘം ഗുറ്റ്സുലുകൾ ഈ പ്രദേശങ്ങളിലേക്ക് അലഞ്ഞെത്തിയത്. അവർ കാമുകിമാരെത്തേടി

കണ്ടെടുത്തു. അവരുടേത് എത്ര സന്തുഷ്ടമായ സമയമായിരുന്നു! ആ സമയത്ത് ഏതോ ഒരു കാമുകനെ കാണാതായി. അയാളുടെ കാമുകി ദുഃഖാകുലയായി. അയാൾ തടവിലാക്കപ്പെട്ടിരിക്കാം, അല്ലെങ്കിൽ ഒരു ദ്വന്ദ്വയുദ്ധത്തിൽ മരിച്ചുപോയിരിക്കാം. അയാൾ ആകാശത്തിൽനിന്ന് വീണ്ടും പ്രത്യക്ഷപ്പെടുന്നു, ഒറ്റയാനായി, ഒന്ന് രണ്ട് ചങ്ങാതിമാരുടെ കൂടെ. വിലപിടിച്ച സമ്മാനങ്ങളുമുണ്ട് (അവർക്ക് പെട്ടെന്ന് ധനവാന്മാരാകാൻ കഴിയും!). എന്നിട്ട് അയാൾ അവളുടെകൂടെ സല്ക്കാരമുണ്ണും; അവളെപ്പറ്റി തന്റെ ചങ്ങാതിമാരോട് അഹങ്കാരപൂർവ്വം സംസാരിക്കും. അവളെ അത് സന്തുഷ്ടയാക്കും. അത്തരമൊരു കാമുകനുണ്ടായിരുന്ന ഒരുത്തിയോടും ഞാൻ പറഞ്ഞു, ഗുറ്റ്സുലുകളെ എനിക്കൊന്നു പരിചയപ്പെടുത്തണമെന്ന്. നില്ക്കണം ഒരു നിമിഷം; എന്തായിരുന്നു അവളുടെ പേര്? ങ് ആ! ഞാൻ മറന്നുപോയി. എന്റെ ഓർമ്മയെല്ലാം പോയി. അതൊക്കെ നടന്നത് എപ്പോഴാണ്? ഒരുപാട് ഒരുപാട് മുമ്പാണ്. ആരും മറന്നുപോകും. ഒരു ചെന്തലയന്റെ ചുവന്നമുടി, ചുവന്നതാടി, ജ്വലിക്കുന്ന ചുവപ്പ്. ചെലപ്പം അയാൾ എന്തോ ആലോചിച്ചിരിക്കും. എല്ലാവരോടും സ്നേഹത്തോടെ പെരുമാറും, ചിലപ്പോൾ അലറും, കാട്ടുമൃഗത്തെപ്പോലെ അടിപിടികൂടും. ഒരിക്കൽ അവൻ എന്റെ മുഖത്തടിച്ചു. ഒരു പൂച്ചയെപ്പോലെ ഞാനയാളുടെ നെഞ്ചത്തു കയറിയിരുന്ന് എന്റെ പല്ലുകൾ അയാളുടെ കവിളത്തു ആഴ്ത്തി. അതുമുതൽക്ക് അയാളുടെ കവിളിലൊരു മുഖക്കുരുവുണ്ട്. ആ മുഖക്കുരുവിൽ ഞാൻ ഉമ്മ വയ്ക്കുന്നത് അയാൾക്ക് വലിയ ഇഷ്ടമായിരുന്നു."

"മീൻ പിടുത്തക്കാരന് എന്തുപറ്റി?" ഞാൻ ചോദിച്ചു.

"മീൻ പിടുത്തക്കാരനോ? അയാളവിടൊക്കെ ഉണ്ടായിരുന്നു. അയാൾ അവരോടൊപ്പം ചേർന്നു. ഗുറ്റ്സലുകൾക്കൊപ്പം ആദ്യം അയാളുടെ അടുത്ത് തിരിച്ചുചെല്ലാൻ എന്നോട് യാചിച്ചു. ചെന്നില്ലെങ്കിൽ പുഴയിൽ എറിയുമെന്നയാൾ ഭീഷണിപ്പെടുത്തി. പക്ഷേ, എല്ലാം പെട്ടെന്ന് മാറി. അയാൾ അവരോട് ചേർന്നു, പുതിയൊരു കാമുകിയെ കണ്ടെത്തി. അവരെ രണ്ടുപേരെയും തൂക്കിക്കൊന്നതാണ്. മീൻപിടുത്തക്കാരനെയും എന്റെ ഗുറ്റ്സുൽ കാമുകനെയും. അവരെ തൂക്കുന്നത് കാണാൻ ഞാൻ പോയിരുന്നു. ദൊബ്രൂജയിൽ. മീൻപിടിത്തക്കാരന്റെ മുഖം മരണംപോലത്തെ പിളർപ്പായിരുന്നു. മരണത്തിലേക്ക് കൊണ്ടുപോവുമ്പം അയാൾ അലമുറയിട്ടു കരഞ്ഞു. എന്റെ ഗുറ്റ്സുൽ കാമുകൻ അപ്പോഴും തന്റെ പൈപ്പ് വലിച്ചിരുന്നു. അയാൾ നേരെ നടന്നു ചെന്ന്, പൈപ്പ് വലിച്ചുകൊണ്ട്, കൈകൾ പോക്കറ്റിലിട്ട്, മീശയുടെ ഒരറ്റം ചുമലറ്റം താഴ്ന്ന് മറ്റേയറ്റം നെഞ്ചുവരെ. അയാൾ എന്നെ കണ്ടു. വായിൽനിന്ന് പൈപ്പ് എടുത്ത് അയാൾ ഉറക്കെ പറഞ്ഞു: 'വിട!' ഒരു കൊല്ലക്കാലം ഞാൻ അയാൾക്കുവേണ്ടി വിലപിച്ചു. പൂർണ്ണമായ ഒരു വർഷക്കാലം. അവർ സ്വന്തം നാട്ടിലെ മലകളിലേക്ക് തിരിച്ചുപോകാൻ തയ്യാറെടുക്കുമ്പോഴാണ് പിടിയിലായത്. പിടിക്കുമ്പോൾ, ഏതോ റുമാ

നിയാക്കാരന്റെ വീട്ടിൽ സല്ക്കാരമായിരുന്നു. അവർ രണ്ടുപേർ മാത്രം. മറ്റു പലരും അവിടെത്തന്നെ കൊല്ലപ്പെട്ടു. ബാക്കിയുള്ളവർ രക്ഷപ്പെട്ടു. റൂമാനിയാക്കാരൻ താൻ ചെയ്ത തെറ്റിന് വിലകൊടുക്കേണ്ടിവന്നു. അയാളുടെ കൃഷിയിടം, കലവറകൾ, മില്ല് എല്ലാത്തിനും തീ കൊടുത്തു. അയാൾ ഒരു ഇരപ്പാളിയായി.

"അത് ചെയ്തത് നിങ്ങളോ?" ഞാനൊരു ഊഹച്ചോദ്യം ചോദിച്ചു.

"ഗുറ്റ്സലുകൾക്കു അനേകം സ്നേഹിതന്മാരുണ്ടായിരുന്നു. ഞാൻ മാത്രമൊന്നുമല്ല. ഏറ്റവും നല്ല സ്നേഹിതൻ അവരുടെ ഓർമ്മയിൽ ചെയ്തതാവണം അത്."

അപ്പോഴേക്ക് കടപ്പുറത്തെ ഗാനാലാപനം അവസാനിച്ചിരുന്നു. തള്ളയുടെ കഥയ്ക്കൊപ്പം തിരമാലകളുടെ മൃദുല ശബ്ദം മാത്രമേ ഉണ്ടായിരുന്നുള്ളൂ. ആ മർമ്മരങ്ങൾ, അസ്വസ്ഥവും ചിന്താമൂകവുമായ മർമ്മരങ്ങൾ, ചടുലമായൊരു ജീവിതകഥയ്ക്കു പറ്റിയ താളമായിരുന്നു. രാത്രി കൂടുതൽ നേർത്തുവന്നു, നിലാവിന്റെ നീലനിറം കടുത്തുവന്നു. രാത്രി പുതുതായി അവകാശം ലഭിച്ചവരുടെ അനിർവ്വചനീയമായ ശബ്ദം കൂടുതൽ മൃദുലമായി. കാറ്റു വീശിയതോടെ ആർത്തലച്ച കടലിന്റെ ഇരമ്പത്തിൽ അവരുടെ വിലാപം മുങ്ങിപ്പോയി.

പിന്നെ ആ തുർക്കി, ഞാൻ പ്രണയത്തിലായിപ്പോയ ആ തുർക്കി. സ്കൂട്ടാരിയിലെ അയാളുടെ അന്തഃപുരത്തിലൊരാളായിരുന്നു, ഞാൻ. ഒന്നും ശ്രദ്ധിക്കാതെ ഞാനവിടെ കഴിഞ്ഞുകൂടി. പിന്നെനിക്ക് മനസ്സിലായി ജീവിതം മടുപ്പിക്കുന്നുവെന്ന്. എവിടെയും സ്ത്രീകൾ, സ്ത്രീകൾ മാത്രം. എട്ടുപേർ ഉണ്ടായിരുന്നു, അയാൾക്ക്. പകൽ മുഴുവൻ അവർ തിന്നു, കുടിച്ചു, ഉറങ്ങി, അസംബന്ധ സംഭാഷണങ്ങൾ നടത്തി, അല്ലെങ്കിൽ കലഹിച്ചു. വെറുതെ ഒച്ച വയ്ക്കുന്ന കോഴികളെപ്പോലെയായിരുന്നു അവർ. തുർക്കി ചെറുപ്പമായിരുന്നില്ല. മുടിയെല്ലാം നരച്ച്.... ങ്ആ, പക്ഷേ, അയാൾ ധനവാനായിരുന്നു. വളരെ പ്രധാനപ്പെട്ട ഒരാളായിരുന്നു. അയാളൊരു പാദുഷായെപ്പോലെ സംസാരിച്ചു. അയാളുടെ കണ്ണുകൾ കറുത്തതായിരുന്നു—ഞാൻ പറഞ്ഞുവരുന്നത്, അയാൾ നേരിട്ട് നിങ്ങളുടെ ആത്മാവിലേക്കാണ് നോക്കുന്നത്. അയാളെപ്പോഴും പ്രാർത്ഥിച്ചുകൊണ്ടിരുന്നു. അയാളെ ഞാൻ ആദ്യം കണ്ടത് ബുക്കാറസ്റ്റിലായിരുന്നു. ബസാറിൽ അയാൾ ഒരു രാജാവിന്റെ ഭവനത്തിൽ നില്ക്കുകയായിരുന്നു, വളരെ പ്രധാനപ്പെട്ട ഒരാളാണ് താനെന്ന ഭാവത്തിൽ. ഞാനയാളെ നോക്കി ചിരിച്ചു. അന്നു വൈകുന്നേരം അയാളുടെ ആൾക്കാർ എന്നെ പിടിച്ചുകൊണ്ടുപോയി. മെതിയടിയും പനന്തടിയും കച്ചവടം ചെയ്യലായിരുന്നു അയാളുടെ പണി. അങ്ങനെ എന്തോ വാങ്ങാനാണ് അയാൾ ബുക്കാറസ്റ്റിൽ വന്നത്.

"നീ എന്റെ കൂടെ വരുന്നോ?" അയാൾ ചോദിച്ചു:

"വരാം" ഞാൻ പറഞ്ഞു.

"ശരി. നന്നായി." അയാൾ പറഞ്ഞു.

ഞാനയാൾക്കൊപ്പം പോയി. അയാൾ വലിയ ധനവാനായിരുന്നു. അയാൾക്ക് ഒരു മകനുണ്ടായിരുന്നു. മെലിഞ്ഞ് കറുത്ത മുടിയുള്ളൊരു പതിനാറുവയസ്സുകാരൻ. അവന്റെ കൂടെയാ ഞാൻ തുർക്കിയിൽനിന്ന് ഓടിപ്പോന്നത്. ബൾഗേറിയയിലേക്ക് ഓടിപ്പോയി—ലൊമ്പാലങ്കയിലേക്ക്. അവിടെ ഒരു ബൾഗേറിയക്കാരത്തി എന്റെ നെഞ്ചിൽ കത്തികൊണ്ട് കുത്തി, അവളുടെ ഭർത്താവോ കാമുകനോ മറ്റോ ആണ് കാരണം. എന്താണെന്നോർമ്മയില്ല.

അതിനുശേഷം ദീർഘകാലം ഞാൻ ഒരു കന്യാസ്ത്രീ മഠത്തിൽ അസുഖമായി കിടന്നു. പോളണ്ടുകാരിയായ ഒരു കുട്ടി, ഒരു കന്യാസ്ത്രി, എന്നെ ശുശ്രൂഷിച്ചു. അവളുടെ ആങ്ങള, അടുത്തുള്ള ഒരു മഠത്തിലെ സന്ന്യാസി, ആർട്ട്സർ പലാങ്ക എന്നാണയാളുടെ പേര്. അയാൾ അവളെ കാണാൻ വരുമായിരുന്നു. അയാളൊരു പുഴുവിനെപ്പോലെ എനിക്കു ചുറ്റും ഇഴയുന്നുണ്ടെന്ന് ഞാൻ മനസ്സിലാക്കി. അസുഖം ഭേദമായപ്പോൾ ഞാനയാളുടെകൂടെ പോളണ്ടിലേക്കു പോയി.

"അപ്പോൾ: ആ തുർക്കിക്കുട്ടിക്ക് എന്തുപറ്റി?"

"ഓ, അവനോ അവൻ ചത്തു. അല്ലെങ്കിൽ സ്നേഹമാവാം. സൂര്യപ്രകാശം അധികം തട്ടിയ ഒരു തൈപോലെയായി അവൻ. വാടി വീണുപോയി. എനിക്കോർമ്മയുണ്ട്. അവൻ കിടക്കുന്നു, നീലിച്ച്, ഐസ്പോലെ എല്ലാം തുറസ്സായി, അപ്പോഴും പ്രണയജ്വാലയിൽപ്പെട്ട്. തന്റെ മേലെ കുനിഞ്ഞ്, തന്നെ ചുംബിച്ചുകൊണ്ടേയിരിക്കണമെന്നവൻ. ദൈവമേ, അവനെനിക്ക് പ്രിയങ്കരനായിരുന്നു. എത്രവട്ടമാണ് ഞാനവനെ ചുംബിച്ചിട്ടുള്ളത്! കുറേശ്ശെ കുറേശ്ശെയായി അവന്റെ ശക്തി ക്ഷയിച്ചുവന്നു. അവന് നില്ക്കാനും നീങ്ങാനുമൊന്നും കഴിഞ്ഞില്ല. അവൻ കിടന്നിടത്തുനിന്ന് എന്നോടു യാചിക്കും, ഭിക്ഷയാചിക്കുന്നതുപോലെ, അവന്റെയടുത്തു കിടക്കാൻ. അവന്റെ ദുർബ്ബല ശരീരത്തിന് ചൂട് നല്കാൻ. ഞാനതു ചെയ്തു. ഞാനടുത്തു കിടക്കേണ്ട താമസം, അവൻ ആകെ ജ്വലിച്ചുണരും. ഒരുദിവസം ഞാനുണർന്നപ്പോൾ അവൻ കല്ലുപോലെ തണുത്തുകിടക്കുന്നു. അവൻ മരിച്ചുപോയിരുന്നു. ഞാനവന്റെ പേരിൽ കരഞ്ഞു. ആർക്കാണറിയുക? ഒരുപക്ഷേ, ഞാനായിരിക്കാം അവനെ കൊന്നത്? അവന്റെ ഇരട്ടി വയസ്സായിരുന്നു എനിക്ക്, നല്ല കരുത്തും ഊർജ്ജവും. അവനോ? അവനൊരു കുഞ്ഞായിരുന്നു."

അവർ നെടുവീർപ്പിട്ട്, കുരിശുവരച്ചു. അതിനുമുമ്പ് അവർ കിരിശു വരയ്ക്കുന്നത് ഞാൻ കണ്ടിട്ടില്ല. മൂന്ന് വട്ടം അവർ കുരിശടയാളമുണ്ടാക്കി, ഉണങ്ങിയ ചുണ്ടുകളാൽ എന്തോ മൊഴിഞ്ഞു.

"എന്നിട്ട് നിങ്ങൾ പോളണ്ടിൽ പോയി....." തുടരാൻ ഞാനവരെ പ്രേരിപ്പിച്ചു.

"ങ്ആ പോയി, ആ കൊച്ചു പോളണ്ടുകാരനൊപ്പം— ഒരു മൃഗത്തെപ്പോലായിരുന്നു അവൻ, തിരുമണ്ടൻ. പെണ്ണിനെ വേണമെന്നു തോന്നിയാൽ അവനൊരു തൊമ്മിപ്പൂച്ചയെപ്പോലെ എന്നെയുരസി

നില്ക്കും, അവന്റെ ചുണ്ടിൽ തേനൂറും; ആഗ്രഹം പൂർത്തിയായാൽ അവൻ നാവു കൊണ്ടൊന്നെ നക്കും, പ്രഹരിക്കും, ഒരു കൊരടാവു കൊണ്ടെന്നപോലെ. ഒരുദിവസം ഞങ്ങൾ പുഴക്കരെ നടക്കുകയായിരുന്നു; അഹങ്കാരത്തോടെ, എന്നെ അപമാനിക്കുന്ന എന്തോ കാര്യം പറഞ്ഞു, അവൻ. എനിക്കങ്ങു ദേഷ്യംവന്നു! തിളയ്ക്കുന്ന കീലുപോലെ ഞാൻ പതഞ്ഞുയർന്നു. ഒരു കുഞ്ഞിനെപ്പോലെ ഞാനവനെ ഉയർത്തി. അവൻ വളരെ ചെറുതായിരുന്നു—അവനെ ഞാൻ ഞെക്കിപ്പിഴിഞ്ഞു; അവനാകെ കരുവാളിച്ചു. പിന്നെ ഞാനാഞ്ഞു വീശി അവനെ പുഴയിലേക്കെറിഞ്ഞു. അവൻ അട്ടഹസിച്ചു, അതുകേട്ടപ്പം, പക്ഷേ, ചിരിക്കാനാണ് തോന്നിയത്. പുഴക്കരെ നിന്ന് അവൻ വെള്ളവുമായി മല്ലടിക്കുന്നത് നോക്കി. പിന്നെ ഞാൻ പോന്നു. അതിനുശേഷം അവനെ ഞാൻ കണ്ടിട്ടില്ല. അക്കാര്യത്തിൽ ഞാൻ ഭാഗ്യം ചെയ്തവളാണ്. വിട്ടുപിരിഞ്ഞതിനുശേഷം എന്റെ കാമുകന്മാരെ ഞാൻ കണ്ടിട്ടേയില്ല. അവരെ കണ്ടുമുട്ടുകയെന്നത് വളരെ ബുദ്ധിമുട്ടായിരിക്കും– പ്രേതങ്ങളെ കാണുന്നപോലെ!

തള്ള നിശ്ശബ്ദയായി. അവളുടെ കഥകളിലാവാഹിക്കപ്പെട്ട ആളുകളെ ഞാൻ മനക്കണ്ണിൽ കണ്ടു. അവളുടെ ഗുറ്റ്സുൽ കാമുകൻ. ജ്വലിക്കുന്ന ചുവന്ന തലമുടി, മീശ. മരണത്തിലേക്ക് നടക്കുമ്പോൾ ശാന്തനായി പൈപ്പ് വലിച്ച് നടന്നുപോവുന്ന മനുഷ്യൻ! എനിക്ക് തോന്നി, അയാളുടെ കണ്ണുകൾക്ക് തണുപ്പാർന്ന ഒരുതരം നീലനിറമായിരുന്നെന്ന്! അവയുടെ നോട്ടം ദൃഢമായിരുന്നു, ഗാഢമായിരുന്നു. അയാളുടെയരികെ കറുത്ത താടിയുള്ള, പ്രൂട്ടിൽനിന്നുള്ള മീൻപിടുത്തക്കാരൻ. മരിക്കാൻ പേടിച്ച്, അയാൾ കരയുകയായിരുന്നു. ഒരു കാലത്ത് പ്രസന്നമായിരുന്നു അയാളുടെ കണ്ണുകൾ. മരണത്തെ മുന്നിൽക്കണ്ട് അവ വിരസമായിത്തീർന്നു. കണ്ണീരണിഞ്ഞ മീശ വിലാപപൂർവ്വം ചുളിഞ്ഞ വായിന്റെ കോണുകളിലേക്ക് താണുപോയി. ഘനഗംഭീരനായ വയസ്സൻ തുർക്കിയെ ഞാൻ കണ്ടു; അയാൾ ഏകാധിപതിയും വിധിവാദിയുമത്രേ. അയാൾക്കരികിൽ അയാളുടെ മകൻ, വിളറിനടന്നു, ഒരു കിഴക്കൻ പുഷ്പം, ചുംബനങ്ങളുടെ വിഷബാധയേറ്റവൻ. പിന്നെ പൊങ്ങച്ചക്കാരനായ പോളണ്ടുകാരൻ, മര്യാദക്കാരനും അതേ സമയം ക്രൂരനും സംഭാഷണചതുരനും നിർവ്വികാരനും. അവരെല്ലാം ഇന്ന് വെറും നിഴലുകൾ. അവരൊക്കെ അഗാധമായ രാഗവായ്പ്പോടെ ചുംബിച്ച ആ സ്ത്രീകളതാ എന്റെടുത്തിരിക്കുന്നു. പ്രായംകൊണ്ട് വിറയാർന്ന്, പക്ഷേ, ഇന്നും ജീവിക്കുന്നു. രക്തമില്ലാതെ, മാംസമില്ലാതെ... എല്ലാ ആശകളും അസ്തമിച്ച ഒരു ഹൃദയവുമായി. പ്രകാശം നഷ്ടമായ മിഴികളുമായി, അവയെല്ലാം നിഴലുകൾ, നിഴലുകൾ മാത്രം.

അവർ തുടർന്നു:

“പോളണ്ടിൽ ജീവിക്കുക അസാദ്ധ്യമായിരുന്നു. അവിടത്തെ ജനങ്ങളിൽ കാപട്യമാണ്; വികാരമില്ലാത്ത തണുത്ത മനുഷ്യർ. അവരുടെ

ആ പാമ്പുഭാഷ സംസാരിക്കാനെനിക്ക് കഴിഞ്ഞില്ല. വെറുതെ സീൽക്കാരം പുറപ്പെടുവിക്കുകയല്ലാതെ മറ്റൊന്നും അവരുടെ നാവുകൾക്കറിയില്ലായിരുന്നു. അങ്ങിനെ ഞാൻ അവിടം വിട്ടു. എവിടേയ്ക്കെന്നറിയില്ല. പോളണ്ടുകാർ നിങ്ങൾ റഷ്യക്കാർക്കെതിരെ കലാപം തുടങ്ങുന്നതുകണ്ടു. ഞാൻ ബോക്ക്നിയാ ടൗണിലെത്തി. അവിടെ ഏതോ ഒരു ജൂതൻ എന്നെ വാങ്ങി. അയാൾക്കു വേണ്ടിയല്ല, എന്റെ ശരീരം കച്ചവടം ചെയ്യാൻ. ഞാനത് സമ്മതിച്ചു. ഉപജീവനം കണ്ടെത്തണമല്ലോ; അതിനെന്തുചെയ്യണമെന്നറിയണമല്ലോ. അതിന് ഞാനെന്റെ ശരീരം വിലയായി നല്കി. വേണ്ടത്ര പണം നേടിക്കഴിഞ്ഞാൽ എല്ലാ കരാറും അവസാനിപ്പിച്ച് എന്റെ ബിർളത്ത് പട്ടണത്തിലേക്ക് പോകണമെന്ന് ഞാൻ തീരുമാനിച്ചു. എത്രയും പെട്ടെന്ന്, അവിടെ എന്റെ ജീവിതത്തിന് കുഴപ്പമൊന്നുമില്ലായിരുന്നു. ബോക്ക്നിയയിൽ ധനികന്മാരായ മാന്യന്മാർ വന്ന് എന്റെ സല്ക്കാരം സ്വീകരിച്ചു. അതവർക്ക് വലിയ ചെലവായിരുന്നു. എന്റെ പേരിൽ അവർ പലരും തമ്മിൽത്തല്ലി, അവസാനം പാപ്പരായി. ഒരാൾ എന്റെ ഹൃദയം കവരുന്നതിനായി പല കളികളും കളിച്ചു. ഒടുക്കം ഇതാണയാൾ ചെയ്തത്: തന്റെ വേലക്കാരനൊപ്പമാണയാൾ വന്നത്, വലിയൊരു ചാക്കുമായി. ആ ചാക്കിന്റെ കെട്ടഴിച്ച് എന്റെ തലയിൽ കമിഴ്ത്തി, സ്വർണ്ണ നാണയങ്ങൾ എന്നിലേക്ക് പ്രവഹിക്കാൻ തുടങ്ങി. അത് എനിക്ക് സന്തോഷമുളവാക്കി. എന്നിട്ടു ഞാനയാളെ പുറത്താക്കി. തടിച്ച് മെഴുക്കുപുരണ്ട മുഖമായിരുന്നു, അയാളുടേത്. ഒരു തലയണപോലെ കുത്തിനിറച്ച ഒരു വയറും. പലതും കുത്തിനിറച്ച ഒരു പന്നി. അയാളെ ഞാൻ പുറത്താക്കി. അയാളെന്നോടു പറഞ്ഞിരുന്നു, ഈ സ്വർണ്ണം എനിക്കു തരുന്നതിനായി അയാളുടെ ഭൂമിമുഴുവൻ, വീട്, കുതിരകൾ എല്ലാം അയാൾ വിറ്റുവെന്ന്!

പക്ഷേ, അതിനകം ഞാൻ വളരെ മാന്യനായ ഒരാളുമായി പ്രണയത്തിലായിക്കഴിഞ്ഞിരുന്നു. വടുക്കൾ നിറഞ്ഞ മുഖമായിരുന്നു അയാളുടേത്. ടർക്കിഷ് ചുരികകൾകൊണ്ട് മുറിച്ച അടയാളങ്ങളായിരുന്നു അത്. തുർക്കികൾക്കെതിരായ യുദ്ധത്തിൽ ഗ്രീക്കുകാരെ സഹായിച്ചു തിരിച്ചുവന്നതേയുള്ളൂ അയാൾ. അതാണ് പുരുഷൻ! പോളണ്ടുകാരനായ ഈ മനുഷ്യന് ആരാണ് ഗ്രീക്കുകാർ? എന്നിട്ടും അയാൾ അവരെ ശത്രുക്കൾക്കെതിരെ സഹായിച്ചു. തുർക്കികൾ അയാളോട് വളരെ വലിയ ക്രൂരതയാണ് കാണിച്ചത്. അവരുടെ പ്രഹരത്തിൽ അയാൾക്ക് ഒരു കണ്ണ് നഷ്ടപ്പെട്ടു, ഇടതുകൈയിൽ രണ്ടുവിരലും. പോളണ്ടുകാരനായ ഈ മനുഷ്യന് ആരാണ് ഗ്രീക്കുകാർ? എന്നിട്ടും അവർക്കായി അയാൾ പോരാടി, ഇതയാൾ ചെയ്തത് ധീരകൃത്യങ്ങൾ ചെയ്യാനുള്ള താല്പര്യം കൊണ്ടാണ്. ഒരാൾ ധീരകൃത്യം ചെയ്യാൻ ദാഹിച്ചാൽ അയാൾക്കൊരു സന്ദർഭം ലഭിക്കാതിരിക്കില്ല. ജീവിതത്തിൽ അത്തരത്തിലുള്ള അനേകം സന്ദർഭങ്ങളുണ്ടാകും; ഒരാളത് കാണുന്നില്ലെങ്കിൽ എന്താണർത്ഥം? അയാളൊരു മടിയനാണെന്ന്, അല്ലെങ്കിൽ ഭീരുവാ

ണെന്ന്, അതുമല്ലെങ്കിൽ അയാൾക്ക് ജീവിതം മനസ്സിലാവുന്നില്ലെന്ന്. ജീവിതം മനസ്സിലാക്കുന്ന ഒരാൾക്ക്, തന്നെപ്പറ്റിയുള്ള ഓർമ്മ ബാക്കിവെയ്ക്കുന്ന എന്തെങ്കിലും ചെയ്യാതെ പറ്റില്ല. എല്ലാവരും ഇത് ചെയ്യാനാഗ്രഹിച്ചാലോ, എല്ലാ മനുഷ്യർക്കും അത്തരം സ്മരണമുദ്രകളുണ്ടാവും. നല്ലൊരു മനുഷ്യനായിരുന്നു അയാൾ, മുഖത്ത് വടുവുള്ളയാൾ. നല്ലൊരു കൃത്യം ചെയ്യുന്നതിനായി അയാൾ ഭൂമിയുടെ അറ്റംവരെ പോകുമായിരുന്നു. കലാപകാലത്ത് നിങ്ങളുടെ ആൾക്കാർ അയാളെ കൊന്നിട്ടുണ്ടാവുമെന്നാണ് ഞാൻ വിചാരിക്കുന്നത്. എന്തിനാണ് മാഗ്യാറുകൾക്കെതിരെ നിങ്ങൾ യുദ്ധത്തിനുപോയത്? പക്ഷേ, മിണ്ടണ്ട. ഒന്നും പറയണ്ട.

വായടക്കി വയ്ക്കണമെന്ന് പറഞ്ഞും എന്നെ ശകാരിച്ചും പിന്നെ ഇസർഗിൽത്തള്ള തന്നെ സ്വയം നിശ്ശബ്ദയായി, ചിന്താകുലയായി.

എനിക്കൊരു മാഗ്യാറിനെ അറിയുമായിരുന്നു. ഒരുദിവസം അയാളും എന്നെ വിട്ടുപോയി— കടുത്ത തണുപ്പു കാലത്തായിരുന്നു അത്; പിന്നെ വസന്തകാലത്തും. മഞ്ഞുരുകിത്തുടങ്ങിയിരുന്നു. തലയിലൊരു ബുള്ളറ്റുമായി പാടത്ത് മരിച്ചു കിടക്കുന്ന അയാളെയാണ് അവർ കണ്ടത്. ഒരുപാടു മനുഷ്യർ പ്രേമത്തിനുവേണ്ടി മരിക്കുന്നു, പ്ലേഗ് ബാധിച്ച് മരിക്കുന്നു—ഏറെയേറെപേർ. എണ്ണാനൊന്നും കഴിയില്ല. പക്ഷേ, എന്താ ഞാൻ പറഞ്ഞു വന്നത്? അതേ, അതെ, പോളണ്ടിനെപ്പറ്റി. അവിടെയായിരുന്നു എന്റെ അവസാനകളി. അവിടെ ഞാനൊരു മാന്യപുരുഷനെ കണ്ടുമുട്ടി; പൈശാചികമായി സൗന്ദര്യമുള്ള ഒരാളെ. അപ്പോഴത്തേക്ക് എനിക്ക് വയസ്സായിപ്പോയിരുന്നു. ഹും! വളരെ വയസ്സായിപ്പോയി! അതായത് നാല്പതുവയസ്സായിപ്പോയി. ചുരുങ്ങിയത് നാല്പത്. ദുരഭിമാനിയായിരുന്നു അയാൾ. ആ ബന്ധത്തിന് ഞാൻ വലിയ വിലകൊടുക്കേണ്ടിവന്നു. ചോദിക്കുന്നതിനുമുമ്പേ, ഞാൻ വഴങ്ങുമെന്നാ അയാൾ കരുതിയത്. പക്ഷേ, അത്ര പെട്ടെന്നൊന്നും ഞാൻ വഴങ്ങിയില്ല. ഞാനൊരുത്തന്റേം അടിമയായിട്ടില്ല, ഒരിക്കലും. അപ്പോഴേക്ക് ഞാനെന്റെ ജൂതനിൽനിന്ന് സ്വതന്ത്രയായിരുന്നു. എന്റെ സ്വാതന്ത്ര്യത്തിനുവേണ്ടി ഞാൻ പണം കൊടുത്തു. നല്ലൊരു സംഖ്യ; ക്രാക്കോവിൽ നല്ല സ്റ്റൈലിലങ്ങിനെ ജീവിക്കുകാരുന്നു. കുതിരയും സ്വർണ്ണാഭരണവും വേലക്കാരും അങ്ങനെ എനിക്കുവേണ്ടി എല്ലാം. അയാൾ എന്നെ കാണാൻ വന്നു, അഹങ്കാരിച്ചെകുത്താൻ, അയാൾ വിചാരിച്ചത് ഞാനയാളുടെ കരവലയത്തിലേക്ക് ഓടിച്ചെല്ലുമെന്നായിരുന്നു. ഞങ്ങൾ തമ്മിൽ കുറേക്കാലം ഒരു യുദ്ധം തന്നെ നടന്നു. അതിന്റെ സമ്മർദ്ദം വലുതായിരുന്നു, അത് ദീർഘകാലം നീണ്ടുനിന്നു. അവൻ കാലിലിഴഞ്ഞുവന്നു, അവസാനം. പക്ഷേ, ഞാൻ കീഴടങ്ങിയതോടെ കഥമാറി. അവനെത്തന്നെ കൈയൊഴിഞ്ഞു. ഓ, എനിക്ക് വയസ്സായിരിക്കുന്നു, എനിക്ക് മനസ്സിലായി. കടുത്ത ഒരറിവായിരുന്നു അത്. വളരെ കടുത്തത്. ഞാനവനെ സ്നേഹിച്ചിരുന്നു, ശത്രുവിനെ. എന്നെ

കാണുമ്പോൾ പരിഹസിച്ച് ചിരിക്കുമായിരുന്നു അവൻ. അവനൊരു ജന്തുവായിരുന്നു. എന്നെ പരിഹസിച്ചുകൊണ്ട് മറ്റുള്ളവരോട് സംസാരിക്കുമായിരുന്നു അവൻ. ഞാനതറിയുകയും ചെയ്തു. എന്റെ കഷ്ടകാലം! ഞാനെത്ര വിഷമിച്ചുവെന്നോ! പക്ഷേ, അയാളുണ്ട്, അതേ പട്ടണത്തിൽ, ഞാനവനെപ്പറ്റിത്തന്നെ ആലോചിച്ചു നടന്നു. അങ്ങനെ ഒരു ദിവസം അവൻ റഷ്യക്കാരുമായുള്ള യുദ്ധത്തിനുപോയി. അതെനിക്കു സഹിച്ചില്ല. ഞാൻ എല്ലാം സഹിക്കാൻ ശ്രമിച്ചു. എനിക്ക് എന്നെ നിയന്ത്രിക്കാൻ കഴിഞ്ഞില്ല. അയാളെ കാണാൻ ഞാൻ തീരുമാനിച്ചു. വാർസക്കടുത്ത് ഒരു വനത്തിലായിരുന്നു അയാൾ.

അവിടെ എത്തിയപ്പോൾ എനിക്കു മനസ്സിലായി നിങ്ങളുടെ പട്ടാളക്കാർ അവരെ അടിച്ചുവെന്ന്. അയാളെ തടവുകാരനാക്കി അടുത്തുള്ളൊരു ഗ്രാമത്തിൽ പാർപ്പിച്ചിരിക്കുകയാണെന്ന്.

ചുരുക്കിപ്പറഞ്ഞാൽ ഇനി അയാളെ ഞാനൊരിക്കലും കാണുകയില്ല! ഞാൻ എന്നോട് തന്നെ പറഞ്ഞു. അവനെ എങ്ങനെയെങ്കിലും ഒന്ന് കാണണമെന്ന് ഞാനാഗ്രഹിച്ചു. അതിനെന്താ വഴി? ഞാനാലോചിച്ചു. അവസാനം ഞാനൊരു വഴി കണ്ടുപിടിച്ചു. ഒരു പിച്ചക്കാരിയെപ്പോലെ വേഷം ധരിച്ചു മുടന്തിയായി നടിച്ചു. എന്റെ മുഖം മറച്ചു, അയാളെ തടവിൽ വെച്ചിരിക്കുന്ന ഗ്രാമത്തിലേക്കുപോയി. അവിടെ നിറയെ പട്ടാളക്കാരും കൊസ്സാക്കുകളുമായിരുന്നു. അവിടെ തങ്ങുന്നതുതന്നെ വലിയ ചെലവാരുന്നു. പോളണ്ടുകാർ എവിടെയെന്ന് കണ്ടുപിടിച്ചപ്പോൾ, അവിടെയെത്തുക വളരെ പ്രയാസമാണെന്ന് മനസ്സിലായി. പക്ഷേ, അവിടെ എത്തിയേ പറ്റൂ. അങ്ങിനെ ഒരുദിവസം രാത്രി പുറപ്പെട്ടു. ഒരു പച്ചക്കറിത്തോട്ടത്തിലൂടെ ഇഴഞ്ഞുനീങ്ങി. നോക്കുമ്പോൾ ഒരു കാവല്ക്കാരൻ മുന്നിൽ. പോളണ്ടുകാർ പാടുന്നതും ഉറക്കെ സംസാരിക്കുന്നതും കേട്ടു. കന്യാമറിയത്തിനുള്ള ഒരു പാട്ടാണവർ പാടിക്കൊണ്ടിരുന്നത്. എന്റെ കാമുകൻ അവരോടൊത്തുപാടുകയാണ്. വല്ലാത്ത അവസ്ഥ. ഞാൻ ഓർത്തു; ഒരിക്കൽ പുരുഷന്മാർ എനിക്ക് പിറകെ മുട്ടിട്ട് ഇഴഞ്ഞുവന്നു. ഇപ്പോൾ ഞാനിതാ ഒരു പുരുഷന്റെ പിറകെ ഒരു പുഴുവിനെപ്പോലെ ഇഴയുന്നു, ഒരുപക്ഷേ, എന്റെ മരണത്തിലേക്ക്. കാവല്ക്കാരൻ കാതുകൊടുത്തു ശ്രദ്ധിക്കുകയായിരുന്നു; അയാൾ മുന്നോട്ട് കുനിഞ്ഞു. എന്തുചെയ്യും? ഞാൻ എഴുന്നേറ്റ് കാവല്ക്കാരന് നേരെ നടന്നു. എന്റെ കൈയിൽ കത്തിയില്ല, ഒരായുധവുമില്ല– എന്റെ കൈകളും നാവുംമാത്രം. കാവല്ക്കാരൻ ബയനറ്റ് എന്റെ കഴുത്തിനുനേരെ പിടിച്ചു. ഞാൻ അവന്റെ ചെവിയിൽ മന്ത്രിച്ചു: 'നോക്ക്, ഞാൻ പറയണത് കേൾക്ക്. നെഞ്ചത്തൊരു ഹൃദയമൊണ്ടെങ്കി എന്റെ ജീവൻ രക്ഷിക്ക്. എന്റെ കൈയിലൊന്നുമില്ല നിനക്ക് തരാൻ. പക്ഷേ, എന്നോട് ദയകാട്ട്.' അവൻ തോക്കുതാഴ്ത്തി, എന്നിട്ട് മന്ത്രിച്ചു: 'പോ, പോ, കിളവീ പോയ്ക്കോ. നിയെന്തിനാ വന്നേ?' ഞാൻ പറഞ്ഞു എന്റെ മകൻ ഇവിടെ തടങ്കലിലാണെന്ന്. "എന്റെ മകൻ പട്ടാളക്കാ

രൻ. നിങ്ങൾക്ക് ഇതൊന്നും മനസ്സിലാവുന്നില്ലേ? നിങ്ങളും ആരുടെയോ മകനല്ലേ? ഉവ്വ്. എന്റെ മകൻ അവൻ ഇവിടെ തടവിലാണ്. അവനെ അവർ പെട്ടന്ന് കൊന്നുകളയാം. നാളെ നിങ്ങളെയും കൊന്നേക്കാം. നിങ്ങൾക്കുവേണ്ടി നിങ്ങളുടെ അമ്മ കണ്ണീരൊഴുക്കുകയില്ലേ? അമ്മയെ അവസാനമൊരു നോക്കു കാണാതെ മരിക്കുന്നത് നിങ്ങൾക്ക് താങ്ങാനാവാത്തതായിരിക്കില്ലേ? ഏതു മകനും അതങ്ങനെയായിരിക്കും. നിങ്ങളെന്നോട് അനുകമ്പ കാണിക്കുക. അവനോടും അവന്റെ അമ്മയായ എന്നോടും അനുകമ്പ കാട്ടുക.'

എത്ര നേരമാണ് അപേക്ഷയുമായി ഞാനവിടെ നിന്നത്! കനത്ത മഴപെയ്തു, ഞങ്ങളൊക്കെ നനഞ്ഞു. കാറ്റുവീശി ആർത്താർത്തുവീശി, എന്റെ പിന്നിലും മുന്നിലും കാറ്റ് പ്രഹരിച്ചു. കല്ലുപോലത്തെ ഹൃദയമുള്ള ആ പട്ടാളക്കാരനെ പ്രേരിപ്പിച്ചുകൊണ്ട് ഞാനവിടെ നിന്നു. അയാൾ പറഞ്ഞുകൊണ്ടേയിരുന്നു: 'സാദ്ധ്യമല്ല.' അതു കേൾക്കുമ്പോഴൊക്കെ, എന്റെ ആർക്കഡെക്കിനെ കാണാനുള്ള മോഹം എന്നിൽ പതഞ്ഞൊഴുകി. സംസാരിച്ചുകൊണ്ടിരിക്കെ, ആ കാവല്ക്കാരനെ ഞാനെന്റെ കണ്ണുകൊണ്ട് അളക്കുന്നുണ്ടായിരുന്നു. അവൻ ഒരു മെലിഞ്ഞു ചെറിയ ഒരു മനുഷ്യൻ, ഒരു ചുമയുമുണ്ട്. അവസാനം ഞാൻ നിലത്തു വീണു, അവന്റെ മുമ്പിൽ, അപ്പോഴും അവനോടു കേണപേക്ഷിച്ചുകൊണ്ട്. പിന്നെ ഞാൻ അവന്റെ കാൽമുട്ടുകളിൽ പിടിച്ച് അവനെ നിലത്തു തള്ളിയിട്ടു. അവൻ ചെളിയിൽവീണു. പെട്ടന്നുതന്നെ ഞാൻ അവന്റെ മുഖം പിടിച്ച് തിരിച്ച് ചെളിയിൽ പൂഴ്ത്തി. അവൻ ഒച്ചവയ്ക്കരുതല്ലോ. അവൻ കരഞ്ഞില്ല. എന്നെ അവന്റെ പുറത്തുനിന്ന് തെറ്റിപ്പിച്ചുകളയാൻ അവൻ കഠിനമായി ശ്രമിച്ചു. അവന്റെ തല എന്റെ രണ്ടു കൈകളിൽപ്പെടുത്തി വീണ്ടുമത് ചെളിയിൽ പൂഴ്ത്തി. അവന് ശ്വാസംമുട്ടി. പെട്ടെന്നുതന്നെ പോളണ്ടുകാർ പാടിക്കൊണ്ടിരിക്കുന്ന ആ കെട്ടിടത്തിലേക്ക് ഞാൻ ഓടി. 'ആർക്കഡെക്ക്', ഞാൻ മന്ത്രിച്ചു: ചുമരിലെ ഒരു ചെറു ദ്വാരത്തിലൂടെ ഞാൻ വീണ്ടും വീണ്ടും വിളിച്ചു. പോളണ്ടുകാർ വലിയ സൂത്രക്കാരാണ്, അതുകൊണ്ട് എന്റെ ശബ്ദം കേട്ടിട്ടും അവർ പാട്ട് നിർത്തിയില്ല. പെട്ടെന്നതാ അയാൾ എന്റെ മുന്നിൽ നില്ക്കുന്നു. 'നിങ്ങൾക്ക് ഇവിടുന്ന് രക്ഷപ്പെടാൻ കഴിയുമോ?' ഞാൻ ചോദിച്ചു.

'കഴിയും, ചുമരിനടിയിലൂടെ' അയാൾ പറഞ്ഞു. അപ്പോൾ വേഗം വരിക നാലുപേർ ഇഴഞ്ഞു പുറത്തേക്കു വന്നു. എന്റെ ആർക്കഡെക്കും ഉണ്ട്. 'കാവല്ക്കാരൻ എവിടെ?', ആർക്കഡെക്ക് ചോദിച്ചു. "ദാ കെടക്കണ്." അവൻ ഇഴഞ്ഞിഴഞ്ഞുപോയി, പരമാവധി വേഗത്തിൽ, നന്നായി കുനിഞ്ഞ്, മഴ പെയ്തുകൊണ്ടേയിരുന്നു, കാറ്റ് ഉച്ചത്തിൽ ആഞ്ഞു വീശി. ഞങ്ങൾ ഗ്രാമത്തിന്റെ ഇറമ്പിലെത്തി; ഒരുവാക്കും പറയാതെ വനത്തിലൂടെ കുറെനേരം നടന്നു. ഞങ്ങൾ വളരെ വേഗത്തിൽ നടന്നു. ആർക്കഡെക്ക് എന്റെ കൈകൾ തന്റെ കൈകളിലെടുത്തു; ആ

കൈകൾക്ക് നല്ല ചൂടുണ്ടായിരുന്നു. അവ വിറയ്ക്കുന്നുണ്ടായിരുന്നു. ഹായ്, ആ നിശ്ശബ്ദതയിൽ അയാളോടൊപ്പം നടക്കുന്നത് എത്ര മനോഹരമായ അനുഭവമായിരുന്നു! ഒരിക്കലും തൃപ്തി കൈവരാത്ത ഒരു ജീവിതത്തിലെ അവസാനത്തെ സന്തുഷ്ടനിമിഷങ്ങളായിരുന്നു, അത്. എന്റെ ജീവിതത്തിലെ അവസാനത്തെ ആനന്ദനിമിഷങ്ങൾ അവസാനം ഞങ്ങൾ ഒരു പുൽമേടിലെത്തി. അവിടെ ഞങ്ങൾ നിന്നു. ഞാൻ സഹായിച്ചതിന് അവർ നാലുപേരും എനിക്ക് നന്ദിപറഞ്ഞു. അവർ സംസാരിച്ചുകൊണ്ടേയിരുന്നു. അവർ ഒരിക്കലും നിർത്തുകയില്ലെന്ന് ഞാൻ വിചാരിച്ചു. അവരെ ശ്രദ്ധിച്ചുകൊണ്ടിരിക്കെ, എന്റെ കണ്ണുകൾ ആർക്കഡക്കിനെ കണ്ട് വിശപ്പുതീർക്കുകയായിരുന്നു. എങ്ങനെയാണ് അയാൾ ഇപ്പോൾ എന്നോടു പെരുമാറുക? അയാൾ എനിക്കു ചുറ്റും കൈകളിട്ട്, രാജകീയമട്ടിൽ എന്തോ പറഞ്ഞു. എന്താണയാൾ പറഞ്ഞതെന്ന് കൃത്യമായി എനിക്കോർമ്മയില്ല. ഒരുകാര്യം ഓർമ്മയുണ്ട്; അയാളെ സ്വതന്ത്രനാക്കിയതിന്റെ പേരിൽ അയാളെന്നെ സ്നേഹിക്കും. അയാൾ എന്റെ മുമ്പിൽ മുട്ടുകുത്തി, ഒരു പുഞ്ചിരിയോടെ പറഞ്ഞു: 'എന്റെ റാണി'. ഹും! എന്തൊരു കള്ളപ്പട്ടിയാണയാൾ! ഞാനയാൾക്ക് ഒരു തൊഴികൊടുത്തു. അയാളെ മുഖമടക്കി ഒരടികൊടുക്കുമായിരുന്നു ഞാൻ. അയാൾ ചാടിയെണീറ്റു മാറിക്കളഞ്ഞു. അയാൾ എന്റെ മുന്നിൽനിന്നു, മുഖം വാടി, വിളറി വെളുത്ത് മറ്റുമൂന്നുപേരും ഒരു വാക്കും പറയാതെനിന്നു. ഞാനവരെയും നോക്കി. എനിക്ക് വല്ലാത്ത ഒരു ക്ഷീണവും താല്പര്യക്കുറവും ഉണ്ടായി. ഞാനവരോട് പറഞ്ഞു: 'പോയ്ക്കൊള്ളുക! നിങ്ങളുടെ പാട്!' അപ്പോൾ ആ പട്ടികൾ എന്നോടും പറഞ്ഞു: 'നീ പോയി ഞങ്ങളേതു ദിശയിലേക്ക് പോയെന്ന് അവരോട് പറയും, ഇല്ലേ?' അങ്ങനത്തെ വൃത്തികെട്ട പന്നികളാണവർ. പക്ഷേ, അവർ പോയി. ഞാനും പോയി. അടുത്ത ദിവസം നിങ്ങളുടെ പട്ടാളക്കാർ എന്നെപിടിച്ചു. അവരെന്നെ അധികം പിടിച്ചുവെച്ചില്ല. പിന്നെ, എനിക്കു മനസ്സിലായി എനിക്കു സ്വന്തമായൊരു വീടുവേണമെന്ന്— കുയിലിന്റേതായ അലച്ചിൽ ജീവിതം കഴിഞ്ഞിരിക്കുന്നു, അത് കഴിഞ്ഞുപോയ കഥ. എന്റെ ശരീരം കനത്തിരിക്കുന്നു, ചിറകുകൾ ക്ഷീണിച്ചിരിക്കുന്നു, തൂവലുകൾ വിരസമായിരുന്നു. എനിക്കു വയസ്സായിരിക്കുന്നു, പ്രായമേറിയിരിക്കുന്നു. അങ്ങനെ ഞാൻ ഗലീഷ്യയിലേക്ക് പോയി. അവിടന്ന് ദൊബ്രുജയിലിലേക്ക്. കഴിഞ്ഞ മുപ്പതുകൊല്ലമായി ഞാനിവിടെയാണ്. എനിക്കൊരു ഭർത്താവുണ്ടായിരുന്നു, ഒരു മോൽഡാവിയാക്കാരൻ. ഒരുകൊല്ലം മുമ്പ് അയാൾ മരിച്ചു. എന്നിട്ടും ഞാൻ ജീവിക്കുന്നു. ഒറ്റയ്ക്ക്. അല്ല ഒറ്റയ്ക്കല്ല—അവരോടൊപ്പം". തള്ള തിരമാലകൾ ചൂണ്ടിക്കാട്ടി. അവ ഇപ്പോൾ അസ്വസ്ഥമായിരുന്നില്ല. ഇടയ്ക്കിടയ്ക്ക് കടലിൽ നേർത്ത ശബ്ദത്തിന്റെ ലക്ഷണങ്ങളുണ്ടാവും, അത് പെട്ടെന്നുതന്നെ അടങ്ങും, ഉണ്ടാവുന്ന അതേ വേഗത്തിൽ. അവർക്കെന്നെ ഇഷ്ടമാണ്. ഞാനവരോടും അനേകം കഥകൾ പറയുന്നു.

അവർക്കാ കഥകൾ ഇഷ്ടം. അവർ വളരെ ചെറുപ്പം. അവരോടൊപ്പം കഴിയുന്നതെനിക്ക് സന്തോഷമാണ്. ഞാനവരെ നോക്കുന്നു. എന്നിട്ട് ആലോചിക്കുന്നു. "ഞാൻ അവരെപ്പോലെയായി ഒരു അവസരത്തിലാ. എന്റെയാകാലത്ത് മനുഷ്യർക്ക് കൂടുതൽ ചുണയുണ്ടായിരുന്നു, അവരിൽ നല്ല അഗ്നിയുണ്ടായിരുന്നു. അല്പം ജീവിതം കൂടുതൽ ആഹ്ലാദമുള്ളതായിരുന്നു, ജീവിതത്തിനൊരർത്ഥം ഉണ്ടായിരുന്നു. ഉവ്വ്, അതായിരുന്നു, അന്നത്തെ ജീവിതം."

അവർ വീണ്ടും നിശ്ശബ്ദയായി. അവരുടെ അരികെയിരിക്കുമ്പോൾ എനിക്ക് വ്യസനം തോന്നി. അവർ മയങ്ങിപ്പോയി, തലയിളക്കി എന്തോ മൊഴിഞ്ഞുകൊണ്ട്. ഒരുപക്ഷേ, ശ്വാസശബ്ദങ്ങളിൽ ഒരു പ്രാർത്ഥനയാവാം. പർവ്വതങ്ങൾപോലെ വളഞ്ഞ രൂപങ്ങളുള്ള ഒരിരുണ്ട മേഘം കടലിൽനിന്ന് രൂപംകൊണ്ടു സ്റ്റെപ്പിലേക്കു നീങ്ങി. മുകളറ്റത്ത്നിന്ന് മേഘശകലങ്ങൾ അടർന്നുപോയ്ക്കൊണ്ടിരുന്നു, അവ മുന്നോട്ടു പറന്നു പറന്നുകൊണ്ടിരുന്നു, നക്ഷത്രങ്ങളെ പിന്നിലാക്കിക്കൊണ്ട്. സമുദ്രം പതിയെ എന്തോ മൊഴിഞ്ഞു. അകലെയല്ലാത്ത മുന്തിരിത്തോപ്പിൽനിന്ന് ഒരു ചുംബനത്തിന്റെ ശബ്ദം, മൃദുമൊഴികളുടെ ശബ്ദം, നെടുവീർപ്പിന്റെ ശബ്ദം കേൾക്കുന്നുണ്ട്. സ്റ്റെപ്പിയിൽ ഒരു നായ കുരച്ചുകൊണ്ട് കടന്നുപോയി. നാസാരന്ധ്രങ്ങളെ ശല്യം ചെയ്യുന്ന അസാധാരണമായൊരു ഗന്ധം വായുവിൽ പരന്നു, ഞരമ്പുകളിൽ കിലുക്കമുണ്ടാക്കുന്ന ഒരുതരം ഗന്ധം. മേഘങ്ങൾ നിഴലുകളുടെ ഒരു കൂട്ടമുണ്ടാക്കി; നിഴലുകൾ ഭൂമിക്കുമേൽ ഇഴഞ്ഞുകയറി, ചിലപ്പോൾ മങ്ങുകയും ചിലപ്പോൾ സുവ്യക്തമായി തെളിയുകയും ചെയ്തുകൊണ്ട്. ആകാശത്ത് ചന്ദ്രന്റെ ലക്ഷണമേ അവശേഷിച്ചിരുന്നില്ല. പക്ഷേ, അവ്യക്തമായ, പാൽ നിറത്തിലുള്ള ഒരു പ്രകാശവും അവശേഷിച്ചിരുന്നു; ചിലപ്പോൾ മേഘങ്ങൾ അത് മറച്ചിരുന്നു. അകലെ സ്റ്റെപ്പിയിൽ ചെറിയ നീലനിറത്തിലുള്ള പ്രകാശത്തുണ്ടുകൾ മിന്നി. ഇപ്പോൾ സ്റ്റെപ്പി പൂർണ്ണമായും ഇരുണ്ടു, എല്ലാ പ്രകാശം അകന്നു, ഭയാനകമായ എന്തോ സംഭവിക്കാൻ പോവുന്നതുപോലെ. എന്തോ തെരഞ്ഞുകൊണ്ട് സ്റ്റെപ്പിയിൽ ജനങ്ങൾ അലയുന്നുണ്ടാവണം, ചിലപ്പോൾ ചില വിളക്കുകൾ നല്ല പ്രകാശം ചൊരിയുന്നുമുണ്ട്; ചിലർ തീപ്പെട്ടിയുരച്ചുകത്തിക്കാൻ ശ്രമിക്കുന്നുണ്ട്, കാറിൽ അത് കെട്ടുപോവുന്നുണ്ട്. ആ നീല വെളിച്ചത്തുണ്ടുകൾ വളരെ അസാധാരണമായിരുന്നു; ഭ്രമാത്മകമായ എന്തോ ഒന്ന്, തികച്ചും അസംഭാവ്യം.

"നീയവിടെ എന്തെങ്കിലും വെളിച്ചം കാണുന്നുണ്ടോ?" ഇസർഗിൽ ചോദിച്ചു:

"ഓ, ആ ചെറിയ നീലവെളിച്ചമോ?" സ്റ്റെപ്പിയിലേക്ക് ചൂണ്ടിക്കൊണ്ട് ഞാൻ ചോദിച്ചു:

"നീലയോ?, ങ്ആ, ആ ചെറിയ വെളിച്ചങ്ങൾ. അപ്പോൾ അവ ഇപ്പോഴും കാണാം, അല്ലേ? പക്ഷേ, എനിക്ക് കാണാൻ പറ്റില്ല. എന്റെയീ

കണ്ണുകൾ, എനിക്ക് പലതും ഇപ്പോൾ കാണാൻ പറ്റുന്നില്ല."

"അവരെവിടുന്നാണ് വരുന്നത്?" ഞാൻ കിഴവിയോട് ചോദിച്ചു.

അവയെപ്പറ്റിയുള്ള പല വിശദീകരണങ്ങളും ഞാൻ നേരത്തേ കേട്ടിട്ടുണ്ട്. ഇസർഗിൽ തള്ളയുടെ അഭിപ്രായം അറിയണമല്ലോ.

"അവ വരുന്നത് ഡാങ്കോവിന്റെ ജ്വലിക്കുന്ന ഹൃദയത്തിൽ നിന്നാണ്. പണ്ടൊരിക്കൽ ഒരു ജ്വാലയായി മാറിയ ഒരു ഹൃദയമുണ്ടായിരുന്നു. ആ സ്ഫുലിംഗങ്ങൾ മാത്രമാണ് അതിൽ അവശേഷിച്ചിരിക്കുന്നത്. ആ കഥ ഞാൻ പറയാം. അതും വളരെ പഴയകഥയാണ്. നോക്കൂ, പഴയകാലത്ത് എത്ര നല്ല സംഗതികളാണുണ്ടായിരുന്നത്! ഇന്ന് ഒന്നുമില്ല– മനുഷ്യരില്ല, കർമ്മങ്ങളില്ല, കഥകളുമില്ല– പഴയകാലത്തോടു താരതമ്യം ചെയ്യാവുന്ന ഒന്നുമില്ല. അതെന്താണങ്ങനെ? എന്നോടു പറയുക! പറയാൻ കഴിയില്ല നിനക്ക്. നിനക്കെന്തറിയാം? നിങ്ങൾ ചെറുപ്പക്കാർക്ക് എന്തറിയാം? കഴിഞ്ഞകാലത്ത് പരതിനോക്കിയാൽ ജീവിതത്തിന്റെ എല്ലാ പ്രശ്നങ്ങൾക്കും പരിഹാരം കണ്ടെത്താം. പക്ഷേ, നിങ്ങളതു ചെയ്യുകയില്ല. അതുകൊണ്ടുതന്നെ നിങ്ങൾക്കൊന്നുമറിയില്ല. എന്തൊക്കെയാണ് സംഭവിക്കുന്നതെന്ന് ഞാൻ കാണുന്നില്ലെന്നാവിചാരം? ഞാൻ നന്നായി കാണുന്നുണ്ട്. എന്റെ കണ്ണിന്റെ കാഴ്ച കുറഞ്ഞോട്ടെ. എന്താ ഞാൻ കാണുന്നത്? ജീവിക്കുന്നതിനുപകരം ജീവിക്കാൻ തയ്യാറെടുക്കുകയാണ് എവിടെയും മനുഷ്യന്മാർ. സമയമൊക്കെ ദുർവ്യയം ചെയ്ത്, കൊള്ളയടിച്ചുകഴിഞ്ഞാൽ അവർ വിധിയെ കുറ്റം പറയുന്നു. ഇന്ന് ലോകത്തിൽ എല്ലാ തരക്കാരുമുണ്ട്, അവർക്കിടയിൽ ചുണക്കുട്ടികളില്ല; എന്താണവർക്ക് പറ്റിയത്? സൗന്ദര്യമുള്ളവരുടെ എണ്ണം ഓരോ ദിവസവും കുറഞ്ഞുവരികയാണ്."

കരുത്തന്മാർക്കും സൗന്ദര്യമുള്ളവർക്കും എന്തുപറ്റിയെന്നാലോചിക്കാൻ കിഴവിത്തള്ള അല്പനേരം നിർത്തി, ആലോചിച്ചുകൊണ്ടിരിക്കെ അവർ പുറത്ത് സ്റ്റെപ്പിയിലേക്ക് നോക്കി, അവിടെ നിന്നൊരുത്തരം കിട്ടുമെന്നപോലെ.

ഞാൻ നിശ്ശബ്ദനായി കാത്തിരുന്നു. തള്ള കഥ തുടങ്ങട്ടെ. എന്തെങ്കിലും പറയുന്നത് അവരെ വ്യതിചലിപ്പിച്ചാലോ?

അങ്ങനെ അവർ കഥ തുടങ്ങി:

"പണ്ട്; വളരെ പണ്ട് ഒരു ഗോത്രമുണ്ടായിരുന്നു. മൂന്നുഭാഗത്തും കടന്നുചെല്ലാൻ പറ്റാത്ത കാടും നാലാമത്തെ ഭാഗത്ത് സ്റ്റെപ്പി പുൽമേടുകളും ചുറ്റിനില്ക്കുന്ന ഒരിടത്തായിരുന്നു അവർ പാർത്തിരുന്നത്. അവർ വളരെ ശക്തന്മാരും ധീരരും സന്തുഷ്ടരുമായിരുന്നു. പക്ഷേ, അവർക്കും ചീത്തക്കാലം ഉണ്ടാവാറുണ്ട്. മറ്റുഗോത്രങ്ങൾ അവർക്കു നേരെ യുദ്ധവുമായി വന്നു; അവരെ കാടിന്റെ ആഴങ്ങളിലേക്ക് ഓടിച്ചു. കാട് ഇരുണ്ടതും ചതുപ്പുമായിരുന്നു, വളരെ പുരാതനമായ കാടായിരുന്നു അത്. മരക്കൊമ്പുകൾ ധാരാളം, അവതമ്മിൽ വളരെയടുത്ത്

പിണഞ്ഞുനിന്നു. അതുകൊണ്ട് ആകാശം കാണുമായിരുന്നില്ല. സൂര്യപ്രകാശം പച്ചിലപ്പടർപ്പിനെ തുളച്ച് ചതുപ്പുവെള്ളത്തിലെത്തിയാലായി. ആ വെള്ളത്തിൽ വിഷംകലർന്ന ബാഷ്പം ഉയരുന്നുണ്ട്; അത് തട്ടിയാൽ ആൾക്കാർക്ക് അസുഖം വരും. മരിച്ചുപോവും. ഇതോടെ ആ ഗോത്രത്തിലെ സ്ത്രീകളും കുഞ്ഞുങ്ങളും ആർത്തുകരയാൻ തുടങ്ങി. എന്തുസംഭവിച്ചുവെന്ന് പുരുഷന്മാർ ആലോചിച്ചുനോക്കി; അവരും നിരാശരായിത്തീർന്നു. കാട്ടിൽനിന്നു പുറത്തുപോവുകയല്ലാതെ വേറെ മാർഗ്ഗമുണ്ടായിരുന്നില്ല. അതിനാണെങ്കിൽ ആകെ രണ്ടു വഴികളേ ഉണ്ടായിരുന്നുള്ളൂ. ഒന്ന് അവർ വന്ന റോഡിലേക്കു തിരിച്ചുപോവുകയെന്നതായിരുന്നു. എന്നാൽ ആ റോഡിന്റെ അവസാനം ദുഷ്ടന്മാരായ ശത്രുക്കൾ അവരെ കാത്തിരിപ്പുണ്ടായിരുന്നു. മറ്റൊരു വഴി കാട്ടിലൂടെ മുന്നോട്ടുതന്നെ പോവുകയെന്നതാണ്. ആ യാത്രയിൽ ഭീമൻ മരങ്ങളുണ്ടാവും, അവയുടെ കനത്ത ശാഖകൾ എല്ലാം അന്യോന്യം പിണഞ്ഞുനില്ക്കുന്നുണ്ടാവും, അവയുടെ ദുഷ്ടവേരുകൾ ചതുപ്പിന്റെ ചെളിയിൽ ആണ്ടിരിക്കും. കല്ലുപോലുള്ള ഈ മരങ്ങൾ പകൽ സമയത്തെ മങ്ങലിൽ നിശ്ശബ്ദവും നിശ്ചലവുമായി നില്ക്കുന്നുണ്ട്. രാത്രി, തീ പടരുമ്പോൾ അവ ആളുകളുടെ മേൽവീഴുമെന്നു തോന്നും. സ്റ്റെപ്പിയുടെ സ്വാതന്ത്ര്യത്തിൽ ജനിച്ചു വീണ ഈ ഗോത്രം, എല്ലായ്പ്പോഴും, പകലും രാത്രിയുമെല്ലാം, നിഴലുകളുടെ ഭിത്തികൾക്കുള്ളിലാണ്; അവരെ ഈ ഭിത്തികൾ ഞെക്കിക്കൊല്ലുമെന്നു തോന്നും. വൃക്ഷത്തലപ്പുകളിലൂടെ ആർത്തലച്ചുവീശുന്ന കാറ്റാണ് ഏറ്റവും ഭയാനകം. വനത്തിനുള്ളിൽ തടവുകാരായിരിക്കുന്ന മനുഷ്യർക്കുവേണ്ടിയുള്ള ഒരു വിലാപഗീതം പോലെ അതനുഭവപ്പെടുന്നു. ഞാൻ പറഞ്ഞില്ലേ, ധീരമായ ഒരു ജനതയായിരുന്നു അവർ; അവരെ ഒരിക്കൽ പരാജയപ്പെടുത്തിയിരുന്ന ശത്രുക്കളോ അവർ മരണംവരെ പോരടിക്കുമായിരുന്നു; പക്ഷേ, ആ പോരാട്ടത്തിൽ അവർ പൂർണ്ണമായി തുടച്ചുമാറ്റപ്പെട്ടാലോ? അതായിരുന്നു അവരുടെ പേടി. പ്രതിരോധിച്ചുനില്ക്കണമെന്ന പിതാമഹന്മാരുടെ അപേക്ഷ അവരുടെ മുന്നിലുണ്ടായിരുന്നു; അവർ തുടച്ചു നീക്കപ്പെട്ടാലോ, പിതാമഹന്മാരുടെ. അഭിലാഷം നിഷ്ഫലമാവും. അതുകൊണ്ട്, നീണ്ടരാത്രികളിൽ അവർ സ്വന്തം വിധിയെപ്പറ്റി ആലോചിച്ചു; ചുറ്റും വിഷലിപ്തമായ ബാഷ്പമുയരുന്നു, കാട് വിലാപഗീതം ആലപിക്കുന്നുണ്ട്. അങ്ങനെയിരിക്കെ അഗ്നിയുടെ നിഴലുകൾ നിശ്ശബ്ദമായ ചലനങ്ങൾ വഴി അവർക്കുചുറ്റും, നൃത്തം ചെയ്യുന്നുണ്ട്. കേവലം നിഴലുകളല്ല നൃത്തം ചെയ്യുന്നതെന്നും വനത്തിലെയും ചതുപ്പിലെയും പിശാചശക്തികൾ അവരുടെ വിജയം ആഘോഷിക്കുകയാണെന്നും തോന്നുന്നുണ്ട്. പുരുഷന്മാർ ചിന്തയിലാണ്ടു; നിരാശമായ ചിന്തകൾ ഒരു പുരുഷനെ എത്രമാത്രം ദുർബലനാക്കുന്നു. ജോലിയോ സ്ത്രീകളോ ഒന്നും അവനെ അത്രമാത്രം ബാധിക്കുകയില്ല. ചിന്താക്ലേശം കൊണ്ടാണ് പുരുഷന്മാർ ക്ഷീണിച്ചത്. അവരുടെ ഹൃദ

യങ്ങളിൽ ഭയം ജനിച്ചിരുന്നു, അത് അവരുടെ കരുത്താർന്ന കരങ്ങൾ ബന്ധിപ്പിച്ചിരുന്നു. വിഷബാഷ്പങ്ങളിൽ മരണമടഞ്ഞവരെപ്പറ്റി സ്ത്രീകൾ വിലപിക്കെ ഭീതി അവരെ കീഴടക്കി; പേടികൊണ്ട് നിസ്സഹായമായിത്തീർന്നവരുടെ വിധിയോർത്തു സ്ത്രീകൾ കരയുമ്പോഴും അവർ ഭയപ്പെട്ടു. വനത്തിൽ ഭീരുത്വപൂർണ്ണമായ വാക്കുകൾ പറയപ്പെട്ടു. ആദ്യം പതിയെ ആരും കേൾക്കാതെ; സമയം പോകെ ഉച്ചത്തിലുച്ചത്തിൽ. അവസാനം ജനങ്ങൾ ശത്രുവിനടുത്തുചെന്ന് സ്വന്തം സ്വാതന്ത്ര്യം സമ്മാനമായി നല്കുന്നതിനെപ്പറ്റി ആലോചിച്ചു. അത്രയും ഭയപ്പെട്ടിരുന്നു അവർ മരണചിന്തയിൽ. അടിമയായി ജീവിക്കുന്നതിൽ അവർക്ക് ഇപ്പോൾ ഒരു ചളിപ്പും തോന്നിയില്ല. അപ്പോഴാണ് ഡാങ്കോ പ്രത്യക്ഷപ്പെട്ടത്, അ വിധിയിൽനിന്ന് അവരെ രക്ഷപ്പെടുത്തിയത്."

ഡാങ്കോവിന്റെ ജ്വലിക്കുന്ന ഹൃദയത്തെപ്പറ്റിയുള്ള ഈ കഥ കിഴവി പലപ്പോഴും പറയാറുണ്ടെന്നു തോന്നുന്നു. അവരുടെ പരുത്ത തകർന്ന ശബ്ദത്തിൽ അവരത് പറയുമ്പോൾ, അതിൽ കാടിന്റെ ശബ്ദം അനുഭവപ്പെടുന്നുണ്ട്. കാടിന്റെ അഗാധതകളിലാണല്ലോ നിർഭാഗ്യരായ നാടുകടത്തപ്പെട്ടവർക്ക് മൃത്യുവിലേക്കുള്ള വിഷം നല്കിയത്.

ഡാങ്കോ അവരിൽ ഒരാളായിരുന്നു, അയാൾ ചെറുപ്പമായിരുന്നു, സുന്ദരനായിരുന്നു. സൗന്ദര്യമുള്ള മനുഷ്യർ എപ്പോഴും ധീരന്മാരുമാണ്. അയാൾ തന്റെ സഖാക്കളോടു പറഞ്ഞു:

"വെറും ചിന്തകൊണ്ട് കല്ല് മാറ്റാനാവില്ല. കൂട്ടരേ, ഒന്നും ചെയ്യാത്തവൻ ഒന്നും ആവുകയില്ല. ചിന്തിച്ചും വിഷാദിച്ചും നമ്മളെന്തിന് ഊർജ്ജം കളയണം? ഉണരുക, മറുഭാഗത്തെത്തുന്നതുവരെ നമുക്ക് ഈ കാട് മുറിച്ചുകടക്കാം; എന്തായാലും കാടിന്നൊരവസാനമുണ്ടാകുമല്ലോ. എല്ലാറ്റിനുമുണ്ട്, അവസാനം. വരിക, പുറപ്പെടുക."

അവർ അയാളെ നോക്കി. അവരുടെ കൂട്ടത്തിലെ ഏറ്റവും നല്ല മനുഷ്യൻ; അവന്റെ കണ്ണുകൾക്ക് ജീവനുണ്ട്, ശക്തിയുണ്ട്; അവ തിളങ്ങുന്നുണ്ടായിരുന്നു.

"ഞങ്ങളെ നയിച്ചാലും", അവർ പറഞ്ഞു.

അയാൾ അവരെ നയിച്ചു.

കിഴവിത്തള്ള സംസാരം നിർത്തി, സ്റ്റെപ്പിയിലേക്കു നോക്കി, അത് ഇരുണ്ടിരുണ്ട് വരികയായിരുന്നു. ഡാങ്കോവിന്റെ ജ്വലിക്കുന്ന ഹൃദയത്തിൽ നിന്നുള്ള സ്ഫുലിംഗങ്ങൾ വിദൂരതയിൽ തിളങ്ങി, നൈമിഷികമായി വിടരുന്ന നീലനിറത്തിലുള്ള അഭൗമ പുഷ്പങ്ങൾപോലെ.

"അങ്ങനെ അയാൾ അവരെ നയിച്ചു, ഡാങ്കോ. ഒരു പ്രേരണയും കൂടാതെ അവർ അയാളെ അനുഗമിച്ചു; കാരണം, അവർ അയാളെ വിശ്വസിച്ചിരുന്നു. ബുദ്ധിമുട്ടുള്ള വഴിയായിരുന്നു അത്. ഇരുട്ടായിരുന്നു; കോട്ടുവായിടുന്ന ചതുപ്പ്, ഓരോ ചുവടുവയ്പ്പിലും മനുഷ്യരെ വിഴുങ്ങി വഴി തടയുന്ന വന്മതിൽ പോലെ മരങ്ങൾ. അവരുടെ ശാഖകൾ തമ്മിൽ പിണഞ്ഞു, എല്ലാ ഭാഗത്തേക്കും ഇഴഞ്ഞുനീങ്ങുന്ന പാമ്പുകൾ പോലെ

യായിരുന്നു വേരുകൾ. ഓരോ കാൽവെയ്പ്പിലും ജനങ്ങൾ ചോരയും വിയർപ്പും നല്കേണ്ടി വന്നു. അവർ ഒരുപാട് യാത്ര ചെയ്തു. പിന്നെയും അവർ മുന്നോട്ടുപോയി, കാട് കൂടുതൽ കനത്തു, അവരുടെ അവയവങ്ങൾ ക്ഷീണിച്ചു. അപ്പോൾ അവർ ഡാങ്കോവിനെതിരെ മുറുമുറുക്കാൻ തുടങ്ങി, അയാൾ ചെറുപ്പമാണ്. അനുഭവസമ്പത്തില്ല. അവരെ ഇവിടെ കൊണ്ടുവരാൻ അയാൾക്കവകാശമില്ല. പക്ഷേ, അയാൾ അവരുടെ മുന്നിൽ നടന്നുകൊണ്ടിരുന്നു, അയാളുടെ ആത്മവീര്യം ഉന്നതമായി നിലകൊണ്ടു, മനസ്സ് മേഘരഹിതമായി നിലനിന്നു.

പക്ഷേ, ഒരുദിവസം കാട്ടിൽ ഒരു കൊടുങ്കാറ്റ് വീശി, വൃക്ഷങ്ങൾ ആപല്ക്കരമായ ശബ്ദമുണ്ടാക്കി. പെട്ടെന്ന് അവിടമെല്ലാം അന്ധകാരമായി. കാടുണ്ടായതിനുശേഷമുള്ള എല്ലാ രാത്രികളും ഒന്നിച്ചു ചേർന്നതുപോലെ. കൊടുങ്കാറ്റിന്റെ അലർച്ചയിൽ, ആ പാവം ജനങ്ങൾ വൻ വൃക്ഷങ്ങളുടെ ചുവടെ നടന്നു. നടന്നുകൊണ്ടിരിക്കെ ഭീമൻ വൃക്ഷങ്ങൾ പിളർന്നു, വിപല്ക്കരമായ ഒരു ഗാനം പാടി, വൃക്ഷത്തലപ്പുകൾക്കു മുകളിൽ മിന്നൽപ്പിണരുകൾ തിളങ്ങി. ഒരുനിമിഷം കാട്ടിനു മുകളിൽ തണുത്ത ഒരു നീല വെളിച്ചം പ്രകാശിച്ചു; ഉദിച്ചത്രയും വേഗത്തിൽ ആ വെളിച്ചം അസ്തമിച്ചു; ജനങ്ങളുടെ മനസ്സിൽ അത് ഭീതി വിതച്ചു. മിന്നലിന്റെ തണുത്ത പിണരുകളിൽ വൃക്ഷങ്ങൾക്ക് ജീവൻ വെച്ചപോലെ തോന്നി. അവയുടെ നീണ്ട കൈകൾ വിരുത്തി, എല്ലാം ചേർന്ന് ഒരു വലയാക്കി; ഇരുട്ടിൽനിന്ന് രക്ഷപ്പെടാൻ ശ്രമിക്കുന്ന ജനങ്ങളെ പിടിക്കാനെന്നപോലെ. ഇരുണ്ട ഇലച്ചാർത്തിനിടയിലൂടെ തണുത്ത, ഇരുണ്ട, ഭീതി ജനകമായ എന്തോ ഭയന്ന് അവർക്കു നേരെ നോക്കി. വിഷമം പിടിച്ച വഴിയായിരുന്നു, അത്. ആ യാത്ര പുറപ്പെട്ടവർ പരിക്ഷീണരായി, അവർക്ക് മനോനില നഷ്ടപ്പെട്ടു. പക്ഷേ, സ്വന്തം ക്ഷീണം സമ്മതിക്കാനവർ ഒരുക്കമായിരുന്നില്ല. അതുകൊണ്ട് രോഷവും വിദ്വേഷവുമെല്ലാം അവർ ഡാങ്കോയ്ക്ക് നേരെ തൊടുത്തു; അവരെ നയിച്ചുകൊണ്ടിരിക്കുന്ന ഡാങ്കോവിന്റെ നേരെ. തങ്ങളെ നയിക്കാൻ കെല്പില്ലാത്തവനാണവനെന്ന് ശകാരിക്കാൻ തുടങ്ങി.

അവർ നിന്നു, ക്ഷീണിതരും രോഷാകുലരും ആയി. ആ അന്ധകാരത്തിൽ അവർ അയാളെ ശകാരിച്ചു, കൊടുങ്കാറ്റിന്റെ വിജയാട്ടഹാസങ്ങൾക്കിടയിൽ.

'നീ ശപിക്കപ്പെട്ട, ചീത്ത ഒരു ചീത്ത ജന്തു. ഞങ്ങളെ നീ സങ്കടക്കയത്തിൽപ്പെടുത്തി' അവർ പറഞ്ഞു. 'നീ ഞങ്ങളെ പരിക്ഷീണരാക്കിയിരിക്കുന്നു, ഇവിടംവരെ കൊണ്ടുവന്ന്; അതിന്റെ പേരിൽ നീ മരിക്കണം.'

നിങ്ങൾ പറഞ്ഞു: 'ഞങ്ങളെ നയിച്ചാലും!' ഞാൻ നിങ്ങളെ നയിച്ചു.' ഡാങ്കോ ഉറക്കെ പറഞ്ഞു. അയാൾ അവരെ നേരിട്ടു. 'നിങ്ങളെ നയിക്കാനുള്ള തന്റേടമുണ്ട്, എനിക്ക്, അതുകൊണ്ടാണ് ഞാനതിന്

തയ്യാറായത്. പക്ഷേ, നിങ്ങളോ? സ്വയം സഹായിക്കാൻ നിങ്ങളെന്തു ചെയ്തു? എന്നെ അനുഗമിക്കുകയല്ലാതെ നിങ്ങളൊന്നും ചെയ്തില്ല; ദീർഘമായ ഒരു മുന്നേറ്റത്തിനുവേണ്ടി നിങ്ങൾ നിങ്ങളുടെ കരുത്ത് ക്രമപ്പെടുത്തിയില്ല. ആട്ടിൻ പറ്റത്തെപ്പോലെ നിങ്ങൾ എന്നെ പിന്തുടർന്നു."

അയാളുടെ വാക്കുകൾ അവരെ കൂടുതൽ പ്രകോപ്പിക്കുക മാത്രം ചെയ്തു.

"നീ മരിക്കണം! നീ മരിക്കണം", അവർ ആർത്തു വിളിച്ചു.

കാട് അവരുടെ പ്രലപനങ്ങൾ ഏറ്റെടുത്തു; പ്രതിധ്വനിപ്പിച്ചു. ഇരുട്ടിനെ മിന്നൽ കഷണംകഷണമായി മുറിച്ചു. ഡാങ്കോ അവരെ നോക്കി നിന്നു; അവർക്കുവേണ്ടിയാണ് അയാൾ ഈ കഠിനദൗത്യം ഏറ്റെടുത്തത്; അവരോ, അവർ മൃഗങ്ങളായിരിക്കുന്നു. പല ആളുകളും അയാളുടെ ശരീരത്തിൽ സമ്മർദ്ദം ചെലുത്തുന്നുണ്ടായിരുന്നു; പക്ഷേ, അവരുടെ മുഖങ്ങളിലൊന്നും മനുഷ്യത്വത്തിന്റെ ഒരു ലക്ഷണവുമുണ്ടായിരുന്നില്ല. അവരിൽനിന്ന് ദയ പ്രതീക്ഷിക്കേണ്ടെന്ന് അയാൾക്കു മനസ്സിലായി. അയാളുടെ നെഞ്ചിൽ അവരോടുള്ള അവജ്ഞ പതഞ്ഞുയർന്നു; പക്ഷേ, അയാളിലെ മാനവികമായ അനുകമ്പയിൽ അത് ഇല്ലാതായി. അയാൾ ഈ മനുഷ്യരെ സ്നേഹിച്ചിരുന്നു, താനില്ലാതെ അവർ നശിക്കുമെന്ന് അയാൾ ഭയപ്പെട്ടു. അവരെ രക്ഷപ്പെടുത്താനും, അവരെ എളുപ്പമുള്ള ഒരു മാർഗ്ഗത്തിലേക്കു നയിക്കാനുമുള്ള ആവേശം അയാളുടെ ഹൃദയത്തിൽ ജ്വലിച്ചുയർന്നു. ശക്തമായ ഈ ജ്വാലകൾ അയാളുടെ കണ്ണുകളിൽ പ്രതിഫലിച്ചു. ഇതുകണ്ട ജനങ്ങൾ വിചാരിച്ചു, അയാൾ രോഷാകുലനാണെന്ന്; അതുകൊണ്ടാണവന്റെ കണ്ണുകൾ ജ്വലിക്കുന്നതെന്ന് അവർ വിചാരിച്ചു. അവർ പെട്ടെന്ന് തന്നെ ക്ഷീണിതരായി ചെന്നായ്ക്കളെപ്പോലെ. അയാൾ അവർക്കെതിരെ ചാടി വീഴുമെന്നവർ പ്രതീക്ഷിച്ചു. അവർ അയാൾക്കുചുറ്റും നിരന്നു, അയാളുടെ നേരെ അടുത്തു. അയാളെ പിടിക്കാമെന്നും കൊല്ലാമെന്നും അവർ വിചാരിച്ചു. അവരുടെ വിചാരം അയാൾ വായിച്ചെടുത്തു. അതോടെ അയാളുടെ ഹൃദയജ്വാല കൂടുതൽ തിളങ്ങി.

കാട് അതിന്റെ വിലാപഗാനം തുടർന്നു, ഇടിമുഴങ്ങി, മഴപെയ്തു.

"ഈ ജനങ്ങളെ രക്ഷിക്കാൻ എനിക്കെന്താണ് ചെയ്യാൻ കഴിയുക?" ഇടിമുഴക്കത്തിനും മേലെ ഡാങ്കോ അലറിയലറി ചോദിച്ചു.

പെട്ടെന്ന് അയാൾ നെഞ്ചു പിളർന്നു, ഹൃദയം പറിച്ചെടുത്തു, ശിരസ്സിനു മുകളിലേക്കതുയർത്തി.

അതു സൂര്യനെ പോലെ തിളങ്ങി, സൂര്യനേക്കാൾ ശോഭയോടെ തിളങ്ങി; രോഷാകുലമായ വനം കീഴടങ്ങി, ഈ പന്തത്തിന്റെ ജ്വാലയിൽ തെളിഞ്ഞു, ജനങ്ങളോടുള്ള മഹത്തായ സ്നേഹത്തിന്റെ പന്തം. അതിന് മുന്നിൽ അന്ധകാരം പിൻവാങ്ങി; കാടിനുള്ളിലെ ചതുപ്പിന്റെ കോട്ടുവായിൽ വിറയലോടെ മുങ്ങി. അത്ഭുതപ്പെട്ട ജനങ്ങൾ കല്ലു

കണക്കെ നിശ്ചലരായി.

"എന്നെ പിന്തുടരുക!" ഡാങ്കോ അലറി വിളിച്ചു. അയാൾ മുന്നിൽ നടന്നു, തന്റെ ഹൃദയജ്വാല ശിരസ്സിനു മേലെ പിടിച്ച് വഴി കാണിച്ചു.

ജനങ്ങൾ അയാളെ പിന്തുടർന്നു, ജാലവിദ്യയാലെന്നപോലെ. ഒരിക്കൽക്കൂടി കാട് മൊഴിയാൻ തുടങ്ങി, മരത്തലപ്പുകൾ മന്ദമായി ആടി. അതിന്റെ മൊഴികൾ ഓടുന്ന കാലടികളുടെ ശബ്ദത്തിൽ മുങ്ങിപ്പോയി. ജനങ്ങൾ ധീരമായി, വേഗത്തിൽ മുന്നോട്ട് ഓടുകയായിരുന്നു, ജ്വലിക്കുന്ന ഹൃദയത്തിന്റെ അത്ഭുത ദൃശ്യത്തിൽ പ്രേരിതരായി. ഇപ്പോഴും മരിച്ചുവീണ ചിലരുണ്ടായിരുന്നു, എന്നാൽ, അവർക്കു പരാതിയുണ്ടായിരുന്നില്ല, കണ്ണീരുണ്ടായിരുന്നില്ല. ഡാങ്കോ അവരുടെ മുന്നിൽ നടന്നു, അവന്റെ ഹൃദയം കൂടുതൽ കൂടുതൽ ജ്വലിച്ചുകൊണ്ടിരുന്നു.

അപ്പോൾ പെട്ടെന്ന് അവരുടെ മുന്നിൽ കാട് പിളർന്നു. അവർക്ക് വഴി നല്കിക്കൊണ്ട് പിളർന്നു, അവർക്കു പിന്നിൽ വീണ്ടും യോജിച്ചു, നിശ്ശബ്ദമായ കനത്ത ഒരു വനഭിത്തി. ഡാങ്കോയും അനുയായികളു സൂര്യപ്രകാശത്തിന്റെ സാഗരത്തിൽ മഴയിൽ കുതിർന്ന വായുവിൽ മുങ്ങി. കൊടുങ്കാറ്റ് ഇപ്പോൾ കാട്ടിനുമുകളിൽ അവർക്ക് പിറകിലായി വീശി. സൂര്യൻ പ്രകാശിക്കെ സ്റ്റെപ്പി ജീവിതംകൊണ്ട് തുടുത്തു. മരതകമഴത്തുള്ളികൾ ചേർന്ന് പുൽനാമ്പുകൾ പുളകമാർന്നു. നദി സ്വർണ്ണാഭമായി. സായാഹ്നമായിരുന്നു, അസ്തമയ രശ്മികൾ ചോരപോലെ ചുവപ്പാർന്നു പ്രകാശം പരത്തി. ഡാങ്കോവിന്റെ നെഞ്ചിലെ മുറിവിൽനിന്ന് അത് ഊഷ്മള ധാരയായി ഒഴുകി.

ധീരനായ ഡാങ്കോ അനന്തമായ സ്റ്റെപ്പികൾക്കുമേലെ നോക്കി. സ്വാതന്ത്ര്യത്തിന്റെ ഭൂമിയിൽ ആഹ്ലാദമത്തമായ കണ്ണുകൾ അർപ്പിച്ചു, അഭിമാനത്തോടെ ചിരിച്ചു. പിന്നെ അയാൾ വീണു, മരിച്ചു.

അയാളുടെ അനുയായികൾ ആഹ്ലാദചിത്തരായി, പ്രത്യാശാഭരിതരായി, അയാൾ മരിച്ചത് അറിഞ്ഞില്ല. അവന്റെ മൃതദേഹത്തിനരികിൽ ആ ഹൃദയം ജ്വലിച്ചുകൊണ്ടിരിക്കുന്നത് അവരറിഞ്ഞില്ല. പക്ഷേ, ഒരു കുറിയ ജീവി അത് ശ്രദ്ധിച്ചു. അവൻ ഭയപ്പാടോടെ എന്തെന്നറിയാതെ ജ്വലിക്കുന്ന ഹൃദയത്തിന്മേൽ ചവിട്ടി. തീപ്പൊരികളുടെ ഒരു പ്രവാഹം മേലോട്ടുയർന്നു. പിന്നെ കെട്ടു.

"അതുകൊണ്ടാണ് നീലത്തീപ്പൊരികൾ ഒരു കൊടുങ്കാറ്റിനുമുമ്പ് എല്ലായ്പ്പോഴും സ്റ്റെപ്പിയിൽ കാണാവുന്നത്."

കിഴവിത്തള്ള സുന്ദരമായ ആ കഥ പറഞ്ഞവസാനിപ്പിച്ചു.

അപ്പോൾ സ്റ്റെപ്പി അവിശ്വസനീയമാംവിധം നിശ്ചലമായി; തന്റെ ജനതയ്ക്കുവേണ്ടി സ്വന്തം ഹൃദയത്തിൽ തീ കൊളുത്തുകയും തിരിച്ച് ഒരു പ്രതിഫലവും പ്രതീക്ഷിക്കാതെ മരിച്ചുവീഴുകയും ചെയ്ത ധീരനായ ഡാങ്കോവിന്റെ കരുത്തിൽ സ്തബ്ധമായതുപോലെ.

കിഴവിത്തള്ള മയങ്ങിപ്പോയി. അവരെ ഞാൻ നോക്കി. ഇനിയും എത്ര കഥകൾ, എത്ര ഓർമ്മകൾ അവരിൽ അവശേഷിക്കുന്നുണ്ടാവു

മെന്ന് ഞാനത്ഭുതപ്പെട്ടു. ഡാങ്കോവിന്റെ ജ്വലിക്കുന്ന ഹൃദയത്തെപ്പറ്റി ഞാനാലോചിച്ചു. സുന്ദരവും പ്രചോദകവുമായ അനേകം കഥകൾ സൃഷ്ടിക്കുന്ന മനുഷ്യന്റെ ഭാവനാശേഷിയെപ്പറ്റി ആലോചിച്ചു.

ഇസർഗിൽ മുത്തശ്ശിയുടെ അസ്ഥിമാത്രമായ നെഞ്ചിലെ പഴന്തുണികൾ കാറ്റിൽ ഊർന്നുപോയി. ഇപ്പോഴവർ ഗാഢമായ നിദ്രയിലാണ്. അവരുടെ വൃദ്ധശരീരം ഞാൻ പുതപ്പിച്ചു. എന്നിട്ട് അവർക്കരികെ നിലത്ത് കിടന്നു. ആകാശം നിറയെ മേഘങ്ങളൊഴുകി. കടൽ മൃദുലമായി വിലാപപൂർവ്വം എന്തോ മൊഴിഞ്ഞുകൊണ്ടിരുന്നു.

ഒരു മനുഷ്യൻ പിറക്കുന്നു

തൊണ്ണൂറ്റി രണ്ടിലെ ക്ഷാമകാലത്തായിരുന്നു അത്. കൊദോർ നദിക്കരയിലെ സുഖുമിന്നും ഓംചെംഷിറിക്കുമിടയിൽ കടലിൽനിന്ന് ഒരു കല്ലേറിന്റെ അകലം മാത്രം. മലമുകളിലെ തിളങ്ങുന്ന പൊയ്കയുടെ ആഹ്ലാദകരമായ സല്ലാപത്തിനുംമേലെ കടൽഭംഗത്തിന്റെ ബുൽബുദങ്ങൾ കേൾക്കാമായിരുന്നു.

ശരത്കാലം. ചെറിമരത്തിന്റെ മഞ്ഞയിലകൾ കറങ്ങിക്കറങ്ങി കൊദോർ നദിയുടെ വെള്ളനുരകളിൽ വീഴുന്നുണ്ടായിരുന്നു. നദിക്കരയിലെ പാറമേൽ ഇരിക്കുകയായിരുന്നു ഞാൻ. കടൽപ്പന്നികളും നീർകാക്കകളും ഈ ഇലകളെ മീനാണെന്ന് തെറ്റിദ്ധരിക്കുന്നുണ്ടാവാം, പിന്നെ നിരാശരാകുന്നുണ്ടാവാം. അതുകൊണ്ടാണവ മുറിവേറ്റ ശബ്ദത്തിൽ വിലപിക്കുന്നത്, വലത്തുഭാഗത്ത്, മരങ്ങൾക്കപ്പുറത്ത് കടൽത്തീരത്തോട് സല്ലപിക്കുന്നിടത്ത്.

തലയ്ക്കുമുകളിൽ ചെസ്റ്റ്നട്ട് മരങ്ങളിൽ സ്വർണ്ണം പുരണ്ടിരുന്നു. മണിക്കണ്ടത്തിൽനിന്ന് മുറിച്ചെടുത്ത കൈകൾപോലെ അസംഖ്യം ഇലകൾ എന്റെ കാൽക്കീഴിൽ പാറി നടക്കുന്നുണ്ടായിരുന്നു. മറുകരയിലെ കണ്ടൽമരത്തിന്റെ ശാഖകൾ പൊട്ടിയൊരു വലപോലെ കാറ്റിൽ ഊയലാടി. അതിൽപ്പെട്ട് മഞ്ഞയും ചെമപ്പും ചേർന്ന ഒരു മരംകൊത്തി ചാടി. തടിയിലെ തൊലിയിൽ കറുത്ത കൊക്കുകൊണ്ട് ആഞ്ഞു കൊത്തി. തൊലിക്കുള്ളിലെ കീടങ്ങളെ പുറത്തുവരുത്താനാണിത്. പുറത്തുവരുന്ന കീടങ്ങളെ സന്ദർശകപ്പക്ഷികളായ റോബിനുകളും അടയ്ക്കാപ്പക്ഷികളും വിഴുങ്ങി.

പർവ്വതങ്ങൾക്കുമുകളിൽ, എന്റെ ഇടതുഭാഗത്തായി ധൂപിലമായ മേഘങ്ങൾ ഉരുണ്ടുകൂടിയിരുന്നു. മഴയുടെ ഭീഷണിയുണ്ടായിരുന്നു. അവ

പച്ചപ്പാർന്ന മലഞ്ചെരുവുകളിൽ നിഴലുകൾ വീഴ്ത്തി. അവിടെ മരങ്ങൾ വളർന്നിരുന്നു. പുരാതനമായ ആവിമരങ്ങളുടെയും നാരകച്ചെടികളുടെയും പൊത്തുകളിൽ കാട്ടുതേൻ കാണുമായിരുന്നു. റോമൻ കാലത്ത് പോസിയുടെ സൈന്യത്തിൽ ഒരു വലിയഭാഗം കാട്ടുതേനിന്റെ ലഹരിമധുരം നുണഞ്ഞാണ് മരിച്ചുപോയത്. ലോറൽ ചെടിയുടെയും അസലിയ ചെടിയുടെയും പൂക്കളിൽനിന്നായിരുന്നു തേനീച്ചകൾ തേൻ ശേഖരിച്ചിരിക്കുന്നത്. വഴിയാത്രക്കാർ അത് മരപ്പൊത്തുകളിൽനിന്ന് കവർന്നെടുക്കുമായിരുന്നു. ഗോതമ്പപ്പത്തിരിയോടൊപ്പം ഭക്ഷിക്കുമായിരുന്നു.

അതാണ് ഞാനും ചെയ്തുകൊണ്ടിരുന്നത്. ചെസ്റ്റ്നട്ട് മരത്തിന്റെ ചുവട്ടിൽ പാറമേലിരുന്ന്, രോഷാകുലയായൊരു തേനീച്ചക്കൊമ്പുകൾ ശുശ്രൂഷിക്കുകയായിരുന്നു. തേൻ നിറച്ച ഒരു ചായപ്പാത്രത്തിൽനിന്ന് ബ്രഡ്ഡിൻ തുണ്ടുകളെടുത്ത് തിന്നുകയായിരുന്നു ഞാൻ. പരിക്ഷീണമായ ശരത്ക്കാല സൂര്യന്റെ കേളികളെ മനസ്സാ വാഴ്ത്തിക്കൊണ്ടിരുന്നു, ഞാൻ.

മഹാബുദ്ധിശാലികൾ പടുത്തുയർത്തിയ ആർഭാടപൂർവ്വമായ ഒരു കത്തീഡ്രൽ പോലെയാണ് ശരത്ക്കാലത്തെ കോക്കസസ്. ഈ ബുദ്ധിശാലികൾ വലിയ പാപികളുമാണ്, മനസ്സാക്ഷിയുടെ നിശിതനേത്രങ്ങളിൽനിന്ന് അവരുടെ ഭൂതകാലം മറച്ചുവക്കാൻ അവരാഗ്രഹിക്കുന്നു. സ്വർണ്ണത്തിന്റെയും വൈഡൂര്യത്തിന്റെയും മരതകത്തിന്റെയും മഹാശേഖരം. പർവ്വതപാർശ്വങ്ങളിലോ സമർഖണ്ഡിലെയും ഷെമാഹയിലെയും തുർക്കികൾ നെയ്തെടുത്ത പട്ടിന്റെ ഏറ്റവും മനോജ്ഞമായ പരവാതാനികൾ. അവർ ലോകത്തെ മുഴുവൻ കൊള്ളയടിച്ചു; കൊള്ളമുതൽ ഇവിടെ സൂര്യ ദൃഷ്ടിക്കുമുന്നിൽ പ്രദർശിപ്പിക്കുന്നു. അവർ ഇങ്ങനെ പറയുന്നതുപോലെ തോന്നും. നിന്റേത്, നിന്നിൽനിന്ന്, നിനക്കായി.

നീളൻ താടിക്കാരായ നരച്ച തലയുള്ള ഭീമാകാരന്മാർ; സന്തുഷ്ടരായ കുഞ്ഞുങ്ങളെപ്പോലെ വിടർന്ന കണ്ണുകളുള്ളവർ. മലയിറങ്ങി താഴെ ഭൂമിയിലേക്കു വന്നു. ഭൂമിയെ അലങ്കരിക്കുകയാണവരെന്നു തോന്നും; ധാരാളിത്തത്തോടെ വർണ്ണശബളമായ സമ്പാദ്യങ്ങൾ വിതറിയിടും. വെള്ളിത്തകിടുകൾകൊണ്ട് പർവ്വതാഗ്രം മറയ്ക്കും; മലഞ്ചെരുവിലെ മൺതിട്ടകൾ ബഹുവർണ്ണ വൃക്ഷങ്ങൾകൊണ്ട് അലങ്കരിക്കും. അവരുടെ സ്വർഗ്ഗത്തിൽ ദൈവാനുഗൃഹീതമായ ഭൂമി അനിർവ്വചനീയ സൗന്ദര്യം കൈവരിക്കും.

എന്തൊരത്ഭുതമാണ്, മനുഷ്യനെന്ന ഈ പ്രതിഭാസം! മനുഷ്യഹൃദയത്തെ ഇളക്കിമറിക്കുന്ന സൗന്ദര്യത്തിന് എത്ര കടുത്ത മാധുര്യമാണ്!

സത്യം പറഞ്ഞാൽ ചിലപ്പോഴത് കഠിനമാണ്. തിളയ്ക്കുന്ന വിദ്വേഷം നെഞ്ചകമെരിക്കുന്നു, മനോവേദന ഹൃദയരക്തം ഊറ്റിയൂറ്റിയെടുക്കുന്നു. പക്ഷേ, അത് തുടർന്നുകൊണ്ടിരിക്കാനാവില്ല. സൂര്യൻപോലും മിക്കപ്പോഴും മനുഷ്യനെ സങ്കടപൂർവ്വമാണ് വീക്ഷിക്കുന്നത്.

സ്വാഭാവികമായും നല്ല മനുഷ്യരുമുണ്ട്. അവരെ ശരിപ്പെടുത്തിയെ

ടുക്കണം. അല്ലെങ്കിൽ അവരെ പുനർനിർമ്മിക്കണം.

എന്റെ ഇടതുഭാഗത്ത് മലഞ്ചെരിവിൽ തലയുയർത്തി നില്ക്കുന്ന കുറ്റിച്ചെടികൾ. കടൽഭംഗത്തിന്റെ മർമ്മരങ്ങൾക്കിടയിൽ നദീജലത്തിന്റെ ഗള്ഗളങ്ങൾക്കിടയിൽ മനുഷ്യശബ്ദം അവ്യക്തമായി കേൾക്കാം. അവ ക്ഷാമബാധിതരുടേതാണ്. സുഖുമിൽ ഒരു റോഡ് നിർമ്മിക്കുകയായിരുന്നു അവർ. ഇപ്പോഴവർ ഓചെംമിഷറിയിലേക്കു പോവുകയാണ്. അവിടെ മറ്റെന്തെങ്കിലും ജോലി കിട്ടിയേക്കും. എനിക്ക് അവരെ അറിയാം. അവർ ഒറേലിൽനിന്നാണ്. അവരോടൊപ്പം ഞാനും ജോലി ചെയ്തിട്ടുണ്ട്. മിനിഞ്ഞാന്നാണ് ഞങ്ങൾക്കുള്ള കൂലി കിട്ടിയത്. അവർക്കുമുമ്പേ ഞാൻ പോന്നു, രാത്രിയിൽ, സൂര്യോദയം കാണുന്നതിന് കടൽപ്പുറത്തെത്തേണ്ടിയിരുന്നു എനിക്ക്.

അവർ അഞ്ചുപേർ ഉണ്ടായിരുന്നു. നാലു റഷ്യൻ കർഷകർ, ഒരു യുവകർഷകസ്ത്രീ. ഉയർന്ന കവിളെല്ലുകളായിരുന്നു ആ സ്ത്രീക്ക്. അവർ ഗർഭിണിയായിരുന്നു. അവരുടെ വലിയ വയർ ഉയർന്നുനിന്നിരുന്നു. അവരുടെ നീലച്ച ചാരനിറമുള്ള കൺകളിൽ പവിത്രമായ ഒരു ഭാവമുണ്ടായിരുന്നു. അവളുടെ ശിരസ്സിൽ ഒരു മഞ്ഞ തട്ടമുണ്ടായിരുന്നു. കുറ്റിക്കാടുകൾക്കിടയിൽ വിടർന്നുവരുന്ന ഒരു സൂര്യകാന്തിപോലെ അത് കാറ്റിലാടുന്നുണ്ടായിരുന്നു. അവരുടെ ഭർത്താവ് സുഖുമിൽവെച്ച് മരിച്ചുപോയി. ഉവ്വ്, ഈ മനുഷ്യരോടൊപ്പം ഞാൻ ജീവിച്ചിരുന്നു. പഴയ റഷ്യൻ ആചാരമനുസരിച്ച്, അവർ സ്വന്തം ഭാഗ്യക്കേടിനെപ്പറ്റി അത്യുച്ചത്തിൽ സംസാരിച്ചിരുന്നു; ഒരുമൂന്ന് മൈലെങ്കിലും അകലെ അവരുടെ വിലാപങ്ങൾ കേൾക്കാമായിരുന്നു.

ഒരു വിരസ ജനത. ഭാഗ്യംകെട്ട ജനത. തകർന്നടിഞ്ഞ പട്ടിണിക്കിരയായ സ്വന്തം നാട്ടിൽനിന്ന് ശരത്ക്കാലത്തെ ഇലകൾപോലെ അടർന്നു പോയ ഒരു ജനത. അവർ ഇവിടെയെത്തി; ഇവിടുത്തെ സുഖകരമായ കാലാവസ്ഥയിൽ അവർ ആനന്ദിച്ചു. അതേസമയം, ജോലിയുടെ കഠിനമായ സാഹചര്യങ്ങൾ അവരെ ഞെട്ടിച്ചിരുന്നു. ചുറ്റുപാടുമുള്ള എന്തിനെയും പരിഭ്രമത്തോടെയാണവർ വീക്ഷിച്ചത്. ദുഃഖാകുലവും മങ്ങിയതുമാണവരുടെ മിഴികൾ; അന്യോന്യം സഹതാപപൂർവ്വം അവർ പുഞ്ചിരിച്ചു. പതിഞ്ഞ ശബ്ദങ്ങളിൽ സംസാരിച്ചു.

"ഹായ്, എനന്തൊരു ഭൂമി!"

"വളരെ സമ്പന്നം.

"ഒരല്പം കല്ലുനിറഞ്ഞതാണ്, അല്ലേ?"

"അത്ര എളുപ്പമുള്ളതൊന്നുമല്ല ഈ നാട്, പറഞ്ഞേ പറ്റൂ."

പിന്നെയവർ അവരുടെ സ്ഥലങ്ങളെ ഓർമ്മിച്ചു – കൊബിലൊഷോക്ക്, സുഖോയ്ഗോൺ, മൊക്രൻഗൊയേ—അവിടങ്ങളിലെ ഓരോ പിടിമണ്ണിലുമുണ്ട് പിതാമഹന്മാരുടെ ചാരം. അവിടെ എല്ലാം ഓർമ്മിക്കപ്പെടുന്നു. എല്ലാം പരിചിതം, പ്രിയങ്കരം. എല്ലാം സ്വന്തം വിയർപ്പ് നനച്ചുണ്ടായത്.

അവരോടൊപ്പം മറ്റൊരു സ്ത്രീയുണ്ടായിരുന്നു—നീണ്ട നേരെയുള്ള

റാന്തൽപോലെ താടിയുള്ള ഒരു സ്ത്രീ. ഒരു ബോർഡുപോലെ പരന്നതായിരുന്നു അവരുടെ മാറിടം; വിരസമായ മിഴികൾ. കല്ക്കരി കറുപ്പുള്ള കോങ്കണ്ണുകൾ.

വൈകുന്നേരം മഞ്ഞത്തട്ടമിട്ട സ്ത്രീയോടൊപ്പം അവർ വീടിന്റെ പിന്നിൽ കൽക്കൂമ്പാരത്തിൽ ചെന്നിരിക്കും. കവിൾത്തടം കൈയിൽ ത്താങ്ങി ശിരസ്സൊരു വശത്തേക്കു ചരിച്ചു ഉയർന്ന ശബ്ദത്തിൽ പാടും.

ഗ്രാമത്തിലെ പള്ളിമുറ്റത്തിനപ്പുറം
ഹരിതാഭമായ കുറ്റിച്ചെടികൾക്കിടയിൽ
മഞ്ഞ മണൽത്തരികളിൽ
ശുഭ്രവും ശുദ്ധവുമായ എന്റെ എന്റെ ഷാൾ ഞാൻ വിരിക്കും.
അവിടെ ഞാനെന്റെ പ്രിയപ്പെട്ട തുണയെ
അസ്ഥിമാത്രനായ ആൺതുണയെ കാത്തിരിക്കും.
വന്നെത്തുമ്പോൾ, അവനെ ഞാൻ
ഹൃദയംകൊണ്ട് സ്വാഗതം ചെയ്യും.

സാധാരണനിലയിൽ മഞ്ഞത്തട്ടക്കാരി നിശ്ശബ്ദയായിരുന്നു; കഴുത്തു കുനിച്ച് തന്റെ വയറിലേക്ക് നോക്കിയിരിക്കും. ചിലപ്പോൾ അവൾ പെട്ടെന്ന് പാട്ടുപാടാൻ കൂടും. പാട്ടിലെ ഗദ്ഗദപൂർണ്ണമായ വാക്കുകൾ ആഴത്തിലുള്ള അലസമായ ഒരുതരം പരുഷശബ്ദത്തിൽ ആലപിക്കും.

ഹാ, എന്റെ പ്രിയപ്പെട്ടവനേ
എന്റെ ഹൃദയമേ
ഇനിയും നിന്നെക്കാണാൻ
എനിക്ക് വിധിയില്ലല്ലോ.

തെക്കൻ ദേശത്തെ ഈ നിശയുടെ കടുത്ത അന്ധകാരത്തിൽ ഈ വിലാപനാദങ്ങൾ ഓർമ്മിപ്പിക്കുന്നത് വടക്കൻ ദേശത്തെ മഞ്ഞണിഞ്ഞ വന്യതയേയാണ്, ചെന്നായ്ക്കളുടെ ഒലിയിടലും ഹിമവാതത്തിന്റെ സീൽക്കാരങ്ങളുമാണ്.

പിന്നെ, കോങ്കണ്ണിയായ സ്ത്രീക്ക് അസുഖം ബാധിച്ചു. പനിയായിരുന്നു. ഒരു കാൻവാസ് സ്ട്രെക്ചറിൽ അവരെ ടൗണിലേക്കു കൊണ്ടുപോയി. പള്ളിയങ്കണത്തെയും മഞ്ഞ മണലിനെയും പറ്റിയുള്ള പാട്ട് തുടരുന്നതുപോലെ അവർ അതിൽ വിറച്ചുകൊണ്ടിരുന്നു.

മഞ്ഞത്തട്ടമണിഞ്ഞ സ്ത്രീ അപ്രത്യക്ഷയായി.

ഞാൻ പ്രാതൽ കഴിഞ്ഞ് എന്റെ ക്യാനിലുള്ള തേൻ ഇലകൾ കൊണ്ട് മറച്ച്, എന്റെ ഭാണ്ഡം കെട്ടി മറ്റുള്ളവർ കടന്നുപോയ വഴിയിലൂടെ നടന്നു. എന്റെ കൈയിലെ ചെറിമരക്കമ്പ് ഉറച്ച മണ്ണിൽ അമർത്തിയാണ് ഞാൻ നടന്നത്.

വീഥിയുടെ വീതികുറഞ്ഞ ഭാഗത്ത് ഞാനെത്തിച്ചേർന്നു. എന്റെ വലതുഭാഗത്ത് അഗാധ—നീലസമുദ്രം ചെറുശബ്ദം പുറപ്പെടുവിച്ചുകൊണ്ടിരുന്നു. അദൃശ്യരായ മരപ്പണിക്കാർ ഒരായിരം പ്ലെയിനറുകളുമായി ജോലി

ചെയ്യുകയാണെന്നു തോന്നി. വെട്ടിമാറ്റിയ സസ്യഭാഗങ്ങൾ, മൃദുലമായ ശബ്ദമുണ്ടാക്കിക്കൊണ്ട്, കാറ്റിൽ പറന്നുനടന്നു. കാറ്റിന് നനവുണ്ടായിരുന്നു. ഊഷ്മളതയും സുഗന്ധവുമുണ്ടായിരുന്നു. അനുരാഗിണിയായ കന്യകയുടെ ശ്വാസംപോലെ തുറമുഖത്തേക്കു പോകുന്ന ടർക്കിഷ് തോണി, സുഖുമും പ്രദേശത്തെ ജലത്തിലൂടെ വഴുതിക്കളിക്കുകയായിരുന്നു. അതിന്റെ പാമരങ്ങൾ സുഖുവിലെ ആ രാജകീയ എൻജിനീയറുടെ കൊഴുത്ത കവിൾപോലെ വീർത്തുനിന്നിരുന്നു. ആ എൻജിനീയർ ഒരു വലിയ ആളാണ്. അയാൾ ചില വാക്കുകൾ പറഞ്ഞിരുന്നത് സവിശേഷ രീതിയിലായിരുന്നു. ഷട്ടപ്പ് എന്നതിന് ഷുംഷ്ഊപ് എന്ന് മേ ബീ (May be)എന്നതിന് മൊയ്ബീ എന്നും.

"ഷഷ്ഊപ്, മൊയ്ബീ.... നിങ്ങൾ കരുതുന്നത് നിങ്ങൾ വളരെ സ്മാർട്ടാണെന്നാണ്, രണ്ട് തൊഴി മതി എനിക്ക് നിങ്ങളെ പൊലീസ് സ്റ്റേഷനിലെത്തിക്കാൻ." ആളുകളെ പൊലീസ് സ്റ്റേഷനിലേക്ക് വലിച്ചിഴയ്ക്കുന്നത് അയാൾക്കിഷ്ടമായിരുന്നു. ഇപ്പോൾ പുഴുക്കൾ അയാളെ കാർന്ന് കാർന്ന് ശരീരത്തിൽ അസ്ഥി മാത്രമേ ശേഷിക്കുന്നുള്ളൂവെന്ന് കരുതുന്നത് വളരെ സന്തോഷം തരുന്ന കാര്യമാണ്.

യാത്ര സുഖമായിരുന്നു. വായുവിലൂടെ ഒഴുകുന്നതുപോലെ. പ്രസന്നമായ ചിന്തകൾ, പുതുവസ്ത്രമണിഞ്ഞ സ്മരണകൾ എന്റെ മനസ്സിൽ ഒരു നൃത്തമാടി എന്നിലുള്ള നൃത്തരൂപങ്ങൾ കടൽത്തിരമാലകൾ പോലെയായിരുന്നു. അതിന്റെ ഉച്ചിയിൽ വെള്ളത്തിരമാലകൾ. ആഴങ്ങൾക്കിടയിൽ പ്രശാന്തത. കടലിന്റെ അഗാധതയിൽ വെള്ളി മത്സ്യങ്ങളെന്നപോലെ ഉജ്ജ്വലവും ഊർജ്ജസ്വലവുമായ പ്രതീക്ഷകൾ പതിയെ കടന്നുപോയി.

റോഡ് പതിയെ കടൽത്തീരവുമായി ലയിച്ചുചേർന്നു; മണൽ നിറഞ്ഞ കടൽക്കരയിലേക്ക് അത് പതുക്കെ പതുക്കെ അടുക്കുകയായിരുന്നു. പൊന്തക്കാടുകൾപോലും കടൽത്തീരം കാണാൻ മോഹിച്ചു നിൽക്കുന്നതുപോലെ; റോഡിനിരുവശവും ഒറ്റയൊറ്റയായി കുറ്റിച്ചെടികൾ സാഗരവന്യതയുടെ നീല വിസ്മൃതിയിലേക്ക് കണ്ണയച്ചുനില്ക്കുന്നു.

മലകളിൽനിന്ന് ഒരു കാറ്റ് വീശി വരുന്നുണ്ട്, മഴയുടെ അടയാളം. പൊന്തക്കാട്ടിൽനിന്ന് ഒച്ചകുറഞ്ഞ ഒരു വിലാപം കേട്ടു, മനുഷ്യ വിലാപം. മനുഷ്യന്റെ വിലാപം തിരിച്ചറിയുന്ന ഒരു നാളി ഹൃദയത്തിലുണ്ട്.

ഞാൻ പൊന്തകൾ പകുത്ത് അകത്തുചെന്നു. മഞ്ഞത്തട്ടമിട്ട സ്ത്രീയായിരുന്നു അത്. അവൾ വാൾനട്ട് മരത്തിന്റെ തടിയിൽ ചാരി നില്ക്കുകയായിരുന്നു. അവളുടെ തല ചുമലിൽ താണുനില്ക്കുകയായിരുന്നു, വായ കോടിയിരുന്നു. കണ്ണുകൾ വലിപ്പം വെച്ച് തുറിച്ചിരുന്നു. കൈകൾ വലിയ വയറിന്മേലായിരുന്നു. ബുദ്ധിമുട്ടിയാണ് അവൾ ശ്വസിച്ചിരുന്നത്. അവളുടെ വയർ വല്ലാതെ ചലിച്ചുകൊണ്ടിരുന്നു. കരഞ്ഞുകൊണ്ട് അവർ വയർ തടവുകയായിരുന്നു. മഞ്ഞ നിറമുള്ള പല്ലുകൾ അവൾ കടിച്ചുപിടിച്ചു.

"എന്തുപറ്റി ? നിങ്ങളെ ആരെങ്കിലും അടിച്ചോ?" ഞാൻ ചോദിച്ചു. അവളുടെ നഗ്നപാദങ്ങൾ ചാരമണ്ണിൽ വേദനാപൂർവ്വം അകന്നുകൊണ്ടിരുന്നു. അവൾക്കാകെ തളർച്ച ബാധിച്ചിരുന്നു. തളർച്ചയോടെ അവൾ പറഞ്ഞു. "പോയ്ക്കോ... നിങ്ങൾക്കെന്താ നാണമില്ലേ... പോയ്ക്കോ."

അപ്പോഴാണ് എനിക്ക് മനസ്സിലായത്—മുമ്പൊരിക്കൽ ഞാനത് കണ്ടിട്ടുണ്ട്. എനിക്ക് പേടിയായി. ഞാൻ കാലുകൾ പിന്നോട്ടു വലിച്ചു. പക്ഷേ, അപ്പോഴേക്കും ആ സ്ത്രീ വീണ്ടും നിലവിളിക്കാൻ തുടങ്ങി. ഇപ്പോൾ നിലവിളിയുടെ ഒച്ച വർദ്ധിച്ചു. അവളുടെ കണ്ണുകൾ തുറിച്ച് പുറത്തേക്കു വരുന്നതുപോലെ തോന്നി. അവയിൽ കണ്ണുനീർ നിറഞ്ഞു. അത് അവളുടെ വിവർണ്ണമായ മുഖത്തൂടെ ഉരുണ്ടുരുണ്ടുപോയി.

ഞാൻ വീണ്ടും അവളുടെ അടുത്തേക്കു ചെന്നു. ഭാണ്ഡവും കെറ്റിലും ചായപ്പാത്രവും ഞാൻ വലിച്ചെറിഞ്ഞു. അവളെ കിടത്തി, അവളുടെ കാൽമുട്ടുയർത്തുവാൻ ശ്രമിക്കുകയായിരുന്നു. ഞാൻ അപ്പോൾ അവളെന്നെ ഉന്തിമാറ്റി. എന്റെ മുഖത്തും നെഞ്ചത്തും അടിച്ചു. നാലു കാലിലും പൊന്തകൾക്കിടയിലേക്ക് നീങ്ങി. പെൺകരടിയെപ്പോലെ മുരണ്ടു:

"ചെകുത്താൻ മൃഗം"

അവൾ പിന്നെയും കരയാൻ തുടങ്ങി, കാലുകൾ വലിച്ചുനീട്ടി വെച്ചു.

ഉൽക്കണ്ഠമൂലം ഇതിനെപ്പറ്റി എനിക്കറിയാവുന്ന കാര്യമെല്ലാം ഞാൻ വേഗത്തിൽ ഓർത്തെടുത്തു. അവളെ ഞാൻ മലർത്തിക്കിടത്തി. കാലുകൾ മടക്കി.

"അനങ്ങാതെ കിടക്ക്. അത് വരുന്നുണ്ട്."

ഞാൻ കടപ്പുറത്തേയ്ക്കോടി; ഷർട്ടിന്റെ കൈകൾ വലിച്ചുകയറ്റി വെച്ചു. വയറ്റാട്ടിയാവാനുള്ള സന്നദ്ധതയോടെ തിരിച്ചു ചെന്നു.

തീയിൽപ്പെട്ട ബിർച്ച് മരപ്പാളിപോലെ ആ സ്ത്രീ പുളഞ്ഞു. തനിക്കു ചുറ്റുമുള്ള ഭൂമിയെ അവൾ മാന്തി. പുൽനാമ്പിന്റെ കൂട്ടം കൈകൊണ്ട് ഞെരടി. അതവൾ തന്റെ വായിലേക്ക് കൊണ്ടുപോകാൻ ശ്രമിച്ചു. മൺതരികൾ അവളുടെ തലയിൽ വീണു. അവളുടെ മുഖം ഭീതികൊണ്ട് തടിച്ചിരുന്നു, കണ്ണുകൾ ചുവന്നു തുറിച്ചിരുന്നു. ഗർഭപാത്രത്തിന്റെ ഭിത്തി പൊട്ടുകയും കുഞ്ഞിന്റെ തല പുറത്തു കാണുകയും ചെയ്തു. അവളുടെ കാലുകളുടെ ചലനം നിയന്ത്രിക്കണം. പുറത്തേക്കുവരാൻ കുഞ്ഞിനെ സഹായിക്കണം. വേദനകൊണ്ടുള്ള പരാക്രമത്തിൽ മണ്ണും പുല്ലും പറിച്ചെടുത്ത് അവൾ വായിലിടാതെ നോക്കണം.

ഞങ്ങൾ രണ്ടുപേരും അന്യോന്യം ഒരു യുദ്ധത്തിലായിരുന്നു. അവൾ കടിച്ചുപിടിച്ച പല്ലുകളാൽ, ഞാനോ പൂർണ്ണ ശാന്തനായി. അവൾക്ക് കഠിനമായ നൊമ്പരമാണ്, ഒരുപക്ഷേ, നാണവും. എനിക്കോ പേടിയാണ്, അനന്തമായ സഹതാപവും.

"ദൈവമേ" അവൾ തളർന്നു വിളിച്ചു. തളർന്ന ചുണ്ടുകൾ കടിച്ചു. അവളുടെ കണ്ണുകൾ സൂര്യപ്രകാശത്തിൽ വാടിക്കഴിഞ്ഞിരുന്നു. അവ

യിൽ ഒരമ്മയുടെ ഭീകരമായ കഷ്ടപ്പാടിന്റെ നീർത്തുള്ളികൾ ഉരുണ്ടു കൂടിയിരുന്നു. അവളുടെ ശരീരം മുഴുവൻ മുറിഞ്ഞു തകർന്നതുപോലെ ഉലയുന്നുണ്ടായിരുന്നു.

" പോയ്ക്കോ, നീ, ചെകുത്താനേ!"

ചുരുട്ടിയ കൈകളാൽ അവൾ എന്നെ തള്ളിമാറ്റിക്കൊണ്ടിരുന്നു. ഞാൻ ദയാപൂർവ്വം പറഞ്ഞു:

"വിഡ്ഢിത്തം കാണിക്കല്ലേ. ഒന്നാഞ്ഞു മുക്ക്. ഇതു പെട്ടെന്നൊഴിവാകട്ടെ."

അവളോടെനിക്ക് വല്ലാത്ത അനുകമ്പ തോന്നി. അവളുടെ കണ്ണുനീർ എന്റെ കണ്ണിൽനിന്ന് ഒഴുകുകയാണെന്നു തോന്നി. എന്റെ ഹൃദയം നിറയെ വേദനയുറയുന്നു. എനിക്ക് കരച്ചിൽ വന്നു. ഹാ, ഞാൻ കരഞ്ഞുപോയി.

"വേഗം, വേഗം"

അപ്പോൾ ഹാ, എന്റെ കൈകളിൽ ഒരാൺകുഞ്ഞ്—മനുഷ്യവംശത്തിന്റെ ഒരു ചുവന്ന പുള്ളി. കണ്ണീരുകൊണ്ട് കലങ്ങിയിരുന്ന കണ്ണുകൾകൊണ്ട് ഞാൻ കണ്ടു, അവനാകെ ചെമന്നിരിക്കുന്നു. ഈ ലോകത്തോട് അവന് മുഷിപ്പാണ്. അവൻ പൊരുതുകയാണ്. അപ്പോഴും അമ്മയുടെ ഭാഗം തന്നെയാണ്. അവന് നീലക്കണ്ണുകളാണ്, തമാശ തോന്നുന്നു! കൊച്ചുമൂക്ക്, ആ ചുവന്ന മുഖത്ത്, അവന്റെ ചിറികൾ ഇളകി. യാ..ായാ...ാ ാ.

അവനെ വഴുക്കുന്നുണ്ടായിരുന്നു. അവൻ തെറിച്ചുപോവുമോ എന്നു ഞാൻ ഭയന്നു. ഞാൻ കാൽമുട്ടിലിരിക്കുകയായിരുന്നു, അവനെ നോക്കി ചിരിച്ചുകൊണ്ട്—അവനെ കാണുക അത്രമേൽ ആഹ്ലാദകരമായിരുന്നു. ഞാനെല്ലാം മറന്നുപോയിരുന്നു.

"പൊക്കിൾ മുറിക്ക്" അമ്മ മന്ത്രിച്ചു. അവളുടെ കണ്ണുകൾ അടഞ്ഞു കിടന്നിരുന്നു. മുഖം വാടിയിരുന്നു. ഒരു ശവശരീരംപോലെ ചാരനിറമായിരുന്നു അവൾക്ക്. അവൾ ചുണ്ടനക്കാതെ വീണ്ടും പറഞ്ഞു:

"നിങ്ങളുടെ കത്തിയെടുത്ത് അത് മുറിക്ക്."

എന്റെ കത്തി ആരോ മോഷ്ടിച്ചിരുന്നു. അതുകൊണ്ട് ഞാനാ പൊക്കിൾ കടിച്ചു. കുഞ്ഞ് അലറിവിളിച്ചുകൊണ്ടിരുന്നു. അമ്മ മന്ദഹസിച്ചു. അവളുടെ നിദ്രാലീനമായ മിഴികളിൽ ജീവിതത്തിന്റെ നീലവെളിച്ചം കടന്നുവരുന്നത്, ഒരു ജാലവിദ്യ എന്നപോലെ ഞാൻ കണ്ടു. അവളുടെ ക്ഷീണിച്ച കൈകൾ പാവാടയ്ക്കടിയിലൂടെ പോക്കറ്റ് തപ്പുകയായിരുന്നു. ചോരകലർന്ന ചുണ്ടുകളിലൂടെ അവൾ പറഞ്ഞു:

"എനിക്കൊന്നും കഴിയുന്നില്ല...... ഒരു കഷണം ടേപ്പ് എന്റെ പോക്കറ്റിലുണ്ട്. അതുകൊണ്ട് അതിന്റെ പൊക്കിൾ കെട്ട്."

ഞാൻ ആ ടേപ്പ് കണ്ടു. കുഞ്ഞിന്റെ പൊക്കിൾ കെട്ടി. അവളുടെ മന്ദഹാസം ഒന്നുകൂടി തെളിഞ്ഞു. സന്തോഷം നിറഞ്ഞ ഒരമ്മ.

"നീ ശരിക്കും നിവർന്നു കിടന്നോളൂ. ഞാനിതിനെ കുളിപ്പിക്കട്ടെ."

അവൾ ഉൽക്കണ്ഠയോടെ മൊഴിഞ്ഞു. "ശ്രദ്ധിക്കണേ, പതുക്കെ.....ശ്രദ്ധിക്കണേ."

മനുഷ്യവംശത്തിന്റെ ആ ചെമന്ന പുള്ളിയെ അങ്ങനെ പതുക്കെയൊന്നും കുളിപ്പിക്കാൻ കഴിയില്ല. അവൻ കൈചുരുട്ടുകയും എന്നോട് യുദ്ധത്തിന് തയ്യാറാണെന്നതുപോലെ അലറി വിളിക്കുകയും ചെയ്തു.

"ഇതാണ് സാധനം. ഹും, നീയാരെന്ന് ലോകത്തോട് വിളിച്ചു പറയ് ചങ്ങാതീ. നിന്റെ തലയൊന്ന് തിരിക്കാൻ നീ സമ്മതിക്കൂലാ."

അവൻ ഉറക്കെയുറക്കെ കരഞ്ഞു. ഞങ്ങൾക്കു നേരെ വന്ന ഒരു തിരമാലയിൽനിന്നുള്ള ജലം തട്ടിയപ്പോൾ അവൻ അത്യുച്ചത്തിൽ കരഞ്ഞു. തിരമാലകൾ ഒന്നിനുപിറകെ മറ്റൊന്നായി വന്ന്, അവനെ കഴുകി. ഞാനവന്റെ പുറത്തും നെഞ്ചത്തും തട്ടി. അവൻ കണ്ണുകളടച്ച് അലറിക്കരഞ്ഞു. അപ്പോൾ ഞാനവളുടെ പതിഞ്ഞ നാദം കേട്ടു.

"അവനെ തരിക."

"വരട്ടെ....അല്പം കഴിയട്ടെ."

"അവനെ എനിക്കു തരിക!"

വിറയാർന്ന വിരലുകൾകൊണ്ട് അവൾ ബ്ലൗസിന്റെ ഹുക്കുകൾ അഴിച്ചുതുടങ്ങി. മുലകൾ സ്വതന്ത്രമാക്കാൻ ഞാനും സഹായിച്ചു. അവ തടിച്ചു കൊഴുത്തിരുന്നു. ഇരുപത് കുഞ്ഞുങ്ങളെ ഊട്ടാനുള്ള വക അവയിലുണ്ട്. കുഞ്ഞിനെ ഞാനവൾക്കരികിൽ കിടത്തി. അവൻ മുലകളിലേക്ക് തിരിഞ്ഞു, കരച്ചിൽനിർത്തി.

"വിശുദ്ധ കന്യകേ, ദൈവമാതാവേ," അവൾ ശ്വസിച്ചു, വിറച്ചുകൊണ്ട് അവളുടെ ശിരസ്സ് ഭാണ്ഡത്തിന്റെ ഇരുഭാഗങ്ങളിലേക്കും ചലിപ്പിച്ചു.

പെട്ടെന്ന്, ചെറിയൊരു കരച്ചിലോടെ, അവൾ വീണ്ടും കണ്ണുകൾ തുറന്നു– ദൈവമേ, ദൈവമേ, മാതൃത്വത്തിന്റെ സുന്ദരമായ കണ്ണുകൾ! അവ നീലനിറമായിരുന്നു; അവ നീലാകാശത്തിനു നേരെ നോക്കി. സന്തുഷ്ടമായ, കൃതജ്ഞതാപൂർവ്വമായ ഒരു മന്ദഹാസം അവളുടെ കണ്ണുകളിൽ ലയിച്ചു ചേർന്നു. കനത്ത കൈകളുയർത്തി അമ്മ തനിക്കും കുഞ്ഞിനും മുകളിൽ കുരിശു വരച്ചു.

"അനുഗ്രഹീത ദൈവമാതാവ്....
വിശുദ്ധ കന്യക
വാഴ്ത്തപ്പെടട്ടെ."

കണ്ണുകൾ വീണ്ടും വാടി, ഒരു ദീർഘനിമിഷം അവൾ നിശ്ശബ്ദയായി, ശ്വാസം പോലും കഴിക്കാതെ. പിന്നെ, പെട്ടെന്ന് കാര്യമാത്ര ശബ്ദത്തിൽ അവൾ പറഞ്ഞു: "എന്റെയീ പൊക്കണം അഴിക്ക്, ചെക്കാ."

ഞാൻ ആ സഞ്ചി അഴിച്ചുകൊടുത്തു. ഒരു മങ്ങിയ മന്ദഹാസത്തോടെ അവൾ എന്നെ നോക്കി. അവളുടെ കുഴിഞ്ഞ കവിളുകളിലും ചുളിഞ്ഞ നെറ്റിയിലും അല്പം വർണ്ണം കലരുന്നത് ഞാൻ കണ്ടു.

"ഒരുമിനിട്ട് മാറി നില്ക്കണേ."

"അതു സാരല്ലന്നേ."

"ആയ്ക്കോട്ടെ, ന്നാലും മാറിനില്ക്ക്."

ഞാൻ കുറ്റിക്കാട്ടിലേക്കു മാറിനിന്നു. എനിക്ക് ക്ഷീണം തോന്നി. നല്ല ചുറുചുറുക്കുള്ള പക്ഷികൾ എന്റെ നെഞ്ചിൽ പാടുന്നുണ്ടെന്ന് തോന്നി. അതും കടലിന്റെ അവസാനിക്കാത്ത മർമ്മരവും എത്ര മനോഹരമാണ്! ഒരു കൊല്ലം വേണമെങ്കിൽ അവിടെ നില്ക്കാമെന്നെനിക്ക് തോന്നി.

അടുത്തെവിടെയോ ഒരു പൊയ്കയുടെ ശബ്ദം. ഒരു പെൺകിടാവ് സുഹൃത്തിനോട് തന്റെ കാമുകനെക്കുറിച്ച് പറയുന്നതുപോലെ.

പൊന്തകൾക്കിടയിൽ, ഒരു മഞ്ഞത്തട്ടം ഉയർന്നു വരുന്നുണ്ട്. ഇപ്പോഴത് ശരിക്കും കെട്ടിയിട്ടുണ്ട്.

"ഹേ, എന്താണിത്? നിങ്ങൾ ഇത്രവേഗം വന്നോ? ങ് ഏ?"

ഒരു കുറ്റിച്ചെടിയിൽ പിടിച്ചുകൊണ്ട് ചാരനിറമായ മുഖവുമായി അവൾ നില്ക്കുകയാണ്. അവളിൽനിന്ന് ജീവൻ ചോർന്നുപോയ പോലെ. രണ്ടു നീലത്തടാകങ്ങളുണ്ട് മുഖത്ത്, കണ്ണുകൾക്കു പകരം. അവൾ പുഞ്ചിരിച്ചു. എന്നിട്ടു പറഞ്ഞു:

"നോക്ക്, അവനുറങ്ങുന്നു."

അവനുറങ്ങുകയാണ്, മറ്റെല്ലാ കുഞ്ഞുങ്ങളെയുംപോലെ. വ്യത്യാസം സാഹചര്യങ്ങളിലാണ്. അവൻ ഒരു കുറ്റിച്ചെടിക്കു കീഴിലുള്ള ശരത്കാല ഇലക്കൂമ്പാരത്തിനു മുകളിലാണ് കഴിയുന്നത്. ഒറേലിലെ ഗ്രാമപ്രദേശങ്ങളിൽ കുഞ്ഞുങ്ങൾ ഇങ്ങനെയല്ല കഴിയുന്നത്.

"ഹേ, അമ്മേ, നിങ്ങളും കിടക്കണം."

"ഇല്ല", തല ദുർബ്ബലമായി ആട്ടിക്കൊണ്ട് അവൾ പറഞ്ഞു.

"എനിക്കിതൊക്കെ ഒന്നു വൃത്തിയാക്കണം. എന്നിട്ട് അങ്ങോട്ട് ആ സ്ഥലത്തേക്ക് പോകണം—എന്താണിതിന്റെ പേര്?"

"ഓചെംഷിറി?"

"അതെ, അതെ. എന്റെ കൂട്ടര് ഇപ്പം കുറെ ദൂരെ എത്തിയിട്ടുണ്ടാവും."

"നീ നടക്കാൻ പോവ്വാണോ? അല്ലല്ലോ."

"വിശുദ്ധ കന്യകയില്ലേ? എന്നെ സഹായിക്കാതിരിക്കില്ല."

ശരി, ശരി, അവൾക്കു കൂട്ടായി വിശുദ്ധകന്യകയുണ്ട്. പിന്നെ, എനിക്കൊന്നും പറയാനില്ല!

അവൾ കുഞ്ഞിന്റെ മുഖത്തേക്കു നോക്കി. ദയാപൂർണ്ണമായ പ്രകാശം അവളുടെ കണ്ണുകളിൽ നിറഞ്ഞു. അവൾ ചുണ്ടുകടിച്ചു. കൈകൾകൊണ്ട് നെഞ്ച് തടവി.

ഞാൻ തീപൂട്ടി. അതിനുചുറ്റും കല്ലുകൾ വെച്ചു. അതിന്മേൽ കെറ്റിൽ വെച്ചു.

"ഒരു മിനിറ്റുകൊണ്ട് അല്പം ചായയുണ്ടാക്കാം. അമ്മേ."

"ആയ്ക്കോട്ടെ. എന്റെയുള്ളിൽ എല്ലാം വരണ്ടുപോയി."

"എന്തേ നിന്റെ ആൾക്കാർ നിന്നെ ഉപേക്ഷിച്ചത്?"

"അല്ല, അവർ ഉപേക്ഷിച്ചതല്ല. ഞാൻ വഴിയേ ആയിപ്പോയി. അവർ ഉണ്ടായിരുന്നെങ്കിൽ നന്നായേനെ."

അവളെന്നെ നോക്കി. പിന്നെ കൈമുട്ടുകൊണ്ട് മുഖംമറച്ചു. അല്പം ചോരതുപ്പി. നാണത്തോടെ പുഞ്ചിരിച്ചു.

"ഇതു നിന്റെ ആദ്യത്തേതാണോ?"

"ഉവ്വ്. നിങ്ങളാരാ?"

"ഒരുമനുഷ്യൻ... ഒരുതരം..."

"ങ്ആ...നിങ്ങൾ വിവാഹം കഴിച്ചിട്ടുണ്ടോ?"

"അതിനുള്ള യോഗ്യതയുണ്ടായില്ല."

"തമാശ പറയല്ലേ?"

"ഇല്ല. വിവാഹം കഴിഞ്ഞിട്ടില്ല."

കണ്ണുകൾ താഴ്ത്തി അവൾ ചോദിച്ചു.

"പിന്നെങ്ങനാ സ്ത്രീകളുടെ ഈ ബിസിനസ് നിങ്ങൾക്കറിയുന്നത്?"

ഇതൊരു തമാശതന്നെ.

"ഞാൻ പഠിച്ചു."ഞാൻ പറഞ്ഞു. "ഞാനൊരു വിദ്യാർത്ഥിയാണ്. നിനക്കറിയോ വിദ്യാർത്ഥിയെന്നാലെന്തെന്ന്?"

"ഓ, അറിയാം. ഞങ്ങളുടെ അച്ചന്റെ മൂത്തമകൻ ഒരു വിദ്യാർത്ഥിയാ. അയാളും അച്ചനാവാൻ പഠിക്യാ."

"ങ്ആ, ഞാനും അങ്ങനെയൊരാൾ. ഞാൻ പോയി വെള്ളമെടുത്തു വരട്ടെ."

സ്ത്രീ കുഞ്ഞിന്റെ നേരെ മുഖം താഴ്ത്തി അവൻ ശ്വസിക്കുന്നോ എന്നുനോക്കി. പിന്നെയവൾ കടലിനുനേരെ നോക്കി.

"എനിക്കൊന്നു കഴുകണമായിരുന്നു. ഇവിടുത്തെ വെള്ളം എങ്ങനുള്ളതാണ്. അതിന് ഉപ്പാണോ കയ്പ്പാണോ?"

"നീ ചെന്നു കഴുക്. അത് നല്ല വെള്ളമാണ്."

"സത്യം."

"സത്യം. അതിന് പൊയ്കയിലെ വെള്ളത്തേക്കാൾ ചൂടുമുണ്ട്. അവിടെ ഐസ് പോലെ തണുപ്പാ."

"അങ്ങനെയാണെങ്കിൽ."

ഒരു അബ്ഖാസിയൻ കുതിരപ്പുറത്ത് മയങ്ങിക്കൊണ്ട് 'നടത്തവേഗത്തിൽ പതിയെ ഓടിച്ചുപോകുന്നുണ്ടായിരുന്നു. അയാളുടെ തല ചിലപ്പോൾ ചുമലിലേക്ക് ചായുന്നുണ്ട്.' ഒരു ചെറിയ കുതിര ആയിരുന്നു അത്. അത് ഞങ്ങളുടെ സംഭാഷണങ്ങൾ കാതു കൂർപ്പിച്ചു കേട്ടു. വട്ടക്കണ്ണുകൾകൊണ്ട് ഞങ്ങളെ നോക്കി, അതു മുക്രയിട്ടു. യാത്രക്കാരൻ പതിയെ തലകുലുക്കി. തലയിൽ ഒരു കമ്പിളിത്തൊപ്പിയുണ്ടായിരുന്നു. അയാൾ ഞങ്ങൾക്കുനേരെ നോട്ടമയച്ചു, വീണ്ടും തല താഴ്ത്തി.

"നല്ല രസമുള്ള ജനങ്ങൾ. പേടിപ്പിക്കുന്ന രൂപവും", മഞ്ഞത്തട്ടക്കാരി

ശാന്തമായി പറഞ്ഞു.

ഞാൻ അല്പം വെള്ളമെടുക്കാൻ പോയി. ഞാൻ മുഖവും കൈകളും കഴുകി. കെറ്റിലിൽ വെള്ളം നിറച്ചു തിരിച്ചു നടന്നു. കുറ്റിച്ചെടികൾക്കിടയിൽ മഞ്ഞത്തട്ടക്കാരി നാലുകാലിൽ ഏതാണ്ട് ഇഴയുകയായിരുന്നു, നാലുപാടും ഉൽക്കണ്ഠയോടെ നോക്കിക്കൊണ്ട്.

"എന്താ സംഗതി?"

അവൾ എന്തോ പറയാൻ ഭാവിച്ചു. പിന്നെ അവളുടെ മുഖം വാടി. എന്തോ മറച്ചുവെക്കാൻ ശ്രമിക്കുകയാണവൾ. അതെന്തെന്ന് ഞാൻ ഊഹിച്ചു.

"അതിങ്ങുതരൂ, ഞാൻ കുഴിച്ചിടാം."

"അയ്യോ അത് കുളിമുറിക്കടിയിൽ കുഴിച്ചിടണമല്ലോ"

"ഇവിടാരെങ്കിലും ഇപ്പം കുളിമുറിയുണ്ടാക്കുമോ?"

"നിങ്ങൾക്ക് തമാശ. എനിക്ക് വേവലാതി! ഏതെങ്കിലും മൃഗം അത് തിന്നാലോ. അത് നന്നായി മറവു ചെയ്യണം."

അവൾ മുഖം തിരിച്ച് അകലെ എവിടെയോ നോക്കി. നനഞ്ഞ ഒരു ഭാണ്ഡം എന്റെ കൈയിൽ തന്നു. പതിഞ്ഞ, ലജ്ജാവിവശമായ ശബ്ദത്തിൽ പറഞ്ഞു:

"ശരിക്കും ചെയ്യണേ, നന്നായി താഴ്ത്തി, ചെയ്യില്ലേ? ക്രിസ്തുവിന്റെ പേരിൽ, എന്റെയീ കുഞ്ഞിന്റെ പേരിൽ, ശരിക്കു മറവു ചെയ്യണേ."

ഞാൻ തിരിച്ചു വരുമ്പോൾ അവൾ കടപ്പുറത്തുനിന്നു പതറുന്ന കാലുകളും ഉയർത്തിയ കൈകളുമായി വരികയാണ്. അരയറ്റം പാവാട നനഞ്ഞിട്ടുണ്ട്. ആന്തരികശോഭകൊണ്ടെന്നപോലെ മുഖത്ത് നിറംമാറ്റമുണ്ട്. അവളെ തീക്കരികിലിരുത്തി. അപ്പോൾ ഞാനോലോചിച്ചു:

"എന്തു കടുത്ത മൃഗീയശക്തി!"

പിന്നെ ഞങ്ങൾ തേൻ ചേർത്തു ചായകുടിച്ചു. അവൾ പതുക്കെ ചോദിച്ചു:

"അപ്പോൾ നിങ്ങൾ പഠിപ്പുനിർത്തി?"

"ങ്ആ...."

"കുടി, അല്ലേ"

"അതെ, കുടിച്ചുനശിച്ചു."

"നാണക്കേട്, നോക്കൂ, നിങ്ങളെ ഞാൻ സുഖുമിൽനിന്നേ ശ്രദ്ധിച്ചു. ആഹാരത്തെപ്പറ്റി മാനേജരുമായി കലഹിച്ചില്ലേ? അന്നേരംതൊട്ട്, ഞാൻ കരുതി ഒരു കുടിയൻ. ആരെയും പേടിയില്ല."

ചുണ്ടിൽ പുരണ്ട തേൻ അവൾ നക്കിയെടുത്തു. നീലക്കണ്ണുകൾ പൊന്തയ്ക്കുനേരെ തിരിഞ്ഞു. അവളുടെ ഏറ്റവും പുതിയ ഒറീലിയൻ മനുഷ്യൻ ശാന്തമായി കിടന്നുറങ്ങുന്നുണ്ടായിരുന്നു.

"അവനെങ്ങനെ ജീവിക്കുമെന്നറിയില്ല." നെടുവീർപ്പോടെ അവൾ പറഞ്ഞു. എന്നെയവൾ സ്നേഹത്തോടെ നോക്കി." "നിങ്ങൾ വലിയ സഹായമായിരുന്നു...... നന്ദി......പക്ഷേ, അവൻ......"

ആഹാരം കഴിഞ്ഞപ്പോൾ അവൾ കുരിശു വരച്ചു. ഞാൻ സാധനങ്ങൾ അടുക്കിവയ്ക്കുമ്പോൾ അവൾ വിവശമായ ശരീരത്തോടെ മണ്ണിൽത്തന്നെ നോക്കിയിരുന്നു. പിന്നെയവൾ എഴുന്നേറ്റുനിന്നു.

"നിങ്ങൾ ശരിക്കും പോവുകയാണോ?"

"ങ് ആ...."

"പോവാൻ ശക്തിയുണ്ടോ?"

"എന്റെ കൂടെ കന്യാമറിയമുണ്ട്. അവനെയിങ്ങുതാ."

"ഞാനെടുത്തോളാം."

അല്പനേരത്തെ വാഗ്വാദത്തിനുശേഷം അവൾ സമ്മതിച്ചു. ഞങ്ങൾ യാത്രതുടങ്ങി. തോളോടു തോൾ ചേർന്നു നടന്നു. "ഞാൻ വീഴ്ല്ലാന്ന് വിചാരിക്കുന്നു." മന്ദഹാസത്തോടെ, എന്നാൽ ദയയ്ക്കു യാചിക്കുന്നതുപോലെ അവൾ പറഞ്ഞു. അവളെന്റെ ചുമലിൽ പിടിച്ചു.

റഷ്യയിലെ പുതിയ താമസക്കാരൻ, അജ്ഞാതമായ വിധിയുള്ള മനുഷ്യൻ, എന്റെ കൈകളിൽ കിടക്കുകയായിരുന്നു. മൂക്കുകൊണ്ട് അവൻ പല ശബ്ദങ്ങളും ഉണ്ടാക്കുന്നുണ്ട്. കടലിളകിയാടുകയും മർമ്മരംപൊഴിക്കുകയും ചെയ്യുന്നുണ്ട്. കുറ്റിച്ചെടികൾ അന്യോന്യം എന്തൊക്കെയോ നിമന്ത്രണം ചെയ്യുന്നുണ്ട്. മദ്ധ്യാഹ്നപ്രഭയോടെ സൂര്യൻ തിളങ്ങുന്നുണ്ട്.

ഞങ്ങൾ സാവധാനത്തിൽ നടന്നു. അമ്മ ഇടയ്ക്കിടെ നിൽക്കുന്നുണ്ടായിരുന്നു. ചിലപ്പോൾ നെടുവീർപ്പിട്ടിരുന്നു. ചിലപ്പോൾ തിരിഞ്ഞ് കടലിനെ നോക്കിയിരുന്നു. പിന്നെ കാട്, മല പിന്നെ അവളുടെ മകന്റെ മുഖത്ത്. കഷ്ടപ്പാടിന്റെ കണ്ണീരിൽ കുതിർന്ന കണ്ണുകൾ വീണ്ടും തെളിഞ്ഞിട്ടുണ്ടായിരുന്നു. അനന്തമായ സ്നേഹത്തിന്റെ നീലപ്രകാശം ആ കണ്ണുകളിൽ നിറഞ്ഞിരുന്നു.

പെട്ടെന്ന് അവൾ ഒരിടത്തുനിന്നു. അല്പനേരം എന്നെ നോക്കിനിന്നു. എന്നിട്ടു പറഞ്ഞു:

"ദൈവമേ! എന്റെ ദൈവമേ, എന്തൊരത്ഭുതമാണിത്! എന്തൊരത്ഭുതം! ഇങ്ങനെ എനിക്ക് ലോകത്തിന്റെ അവസാനംവരെ പോകാൻ കഴിയും. എന്റെയീ കുഞ്ഞിനൊപ്പം, പതിയെപ്പതിയെ വളർന്ന്, സ്വാതന്ത്ര്യത്തിൽ വളർന്ന്, അമ്മയുടെ മുലപ്പാൽ കുടിച്ച് എന്റെ പൊന്നുപൊന്നുമകൻ...."

കടൽ മർമ്മരം പൊഴിച്ചുകൊണ്ടിരുന്നു.

പെൺകരുത്തിന്റെ കഥ

കടലിൽനിന്ന് നനഞ്ഞു തണുത്ത ഒരു കാറ്റ് വീശി; സ്റ്റെപ്പി പുൽമേടുകളിലേക്ക് തിരമാലകളുടെ ചിന്താമൂകമായ മധുരഗാനങ്ങൾ തഴുകിയെത്തി; കടൽത്തീരത്തും പൊന്തക്കാടുകളുടെ ഇലയിരമ്പത്തിലും ആ ഗാനങ്ങൾ മുറിഞ്ഞുവീണു. ഇടയ്ക്കിടെ ആ കാറ്റ് വിറയാർന്ന മഞ്ഞയിലകളെ മേല്പോട്ടുയർത്തുകയും ഞങ്ങളുടെ ക്യാമ്പ് ഫയറിലേക്ക് വീശിയെത്തിക്കുകയും ചെയ്തു; ക്യാമ്പ് ഫയറിന്റെ ജ്വാലകളുയർന്നു പൊങ്ങി. പിന്നെ ശരത്ക്കാല രാത്രിയുടെ അന്ധകാരം അല്പമൊന്നു കുറഞ്ഞു; ഇടതുഭാഗത്ത് അനന്തമായി നീണ്ടു പരന്നു കിടക്കുന്ന സ്റ്റെപ്പി, വലതുഭാഗത്ത് അനന്തമായ സാഗരം, എനിക്കുമുന്നിൽ മകാർ ചുദ്രയുടെ രൂപം– അമ്പത് ചുവടകലെ ക്യാമ്പിലെ കുതിരകളെ നോക്കുന്ന വൃദ്ധനായ ജിപ്സി.

തന്റെ കഫ്തൻ (ഉടുപ്പ്) പറത്തിക്കളഞ്ഞ, രോമാവൃതവും ഇപ്പോൾ വിസ്തൃതവുമായ നെഞ്ചിലേക്ക് ആഞ്ഞടിച്ചുകൊണ്ടിരുന്ന തണുത്തകാറ്റിനെ അല്പവും വകവയ്ക്കാതെ അയാളവിടെ കിടന്നു; ഘനഗംഭീരമായ ഭാവത്തിൽ അയാളെന്നെ നോക്കി; ഇടയ്ക്കിടെ അയാൾ പൈപ്പ് വലിച്ചുകൊണ്ടിരുന്നു; വായിലൂടെയും മൂക്കിലൂടെയും കട്ടിയുള്ള പുക ഊതി; എന്റെ തലയ്ക്കു മുകളിലൂടെ സ്റ്റെപ്പിയുടെ നിശ്ശബ്ദമായ ഇരുട്ടിലേക്കയാൾ നോക്കി. നിർത്താതെ സംസാരിച്ചു; അപ്പോഴൊന്നും കാറ്റിന്റെ ആക്രമണങ്ങളിൽനിന്ന് രക്ഷനേടാൻ അയാൾ ഒരു ശ്രമവും നടത്തിയില്ല.

“അപ്പോൾ നീ ലോകം ചുറ്റിക്കറങ്ങുകയാണ്, അല്ലേ? നിനക്കു നല്ലത്. ശരിയായ തീരുമാനം കുട്ടിക്കഴുകാ! അതു മാത്രമാണ് വഴി. കാഴ്ചകൾ കണ്ടങ്ങനെ ലോകത്തിന്റെ നാനാഭാഗത്തും പോവുക. മനസ്സു

നിറയെ കണ്ടുകഴിഞ്ഞാൽ കിടന്നു മരിച്ചോളുക."

"ജീവിതമോ? കൂട്ടുകാരോ?"

"അതുമാത്രമാണ് വഴി"യെന്ന പരാമർശത്തിൽ എനിക്കെതിർപ്പുണ്ടെന്ന് മനസ്സിലായപ്പോൾ അയാളന്വേഷിച്ചു. "നീയെന്തിന് അതിനെപ്പറ്റി വേവലാതിപ്പെടണം. നീതന്നെയല്ലേ ജീവിതം? നിന്റെ കൂട്ടുകാരെപ്പറ്റിയാണെങ്കിൽ, ങ്ആ, നീയില്ലാതെ തന്നെ അവർ മുന്നോട്ടു പോയിട്ടുണ്ട്, ഇനി പോവുകയും ചെയ്യും. ആർക്കെങ്കിലും നിന്നെ വേണമെന്ന് നീ ശരിക്കും കരുതുന്നുണ്ടോ? നീ ആഹാരമല്ല, ഊന്നുവടിയുമല്ല. അതുകൊണ്ടുതന്നെ നിന്നെ ആർക്കും വേണ്ടതാനും.

മറ്റുള്ളവരെപ്പറ്റി പഠിക്കാനും, അവരെ പഠിപ്പിക്കാനും എന്നു നീ പറയുന്നു. ജനങ്ങളെ എങ്ങനെ സന്തോഷിപ്പിക്കുമെന്ന് പഠിക്കാൻ കഴിയുമോ നിനക്ക്? ഇല്ല സാദ്ധ്യമല്ല. മറ്റുള്ളവരെ പഠിപ്പിക്കുന്നതിനു മുമ്പ് നീ കാത്തിരിക്കണം നിന്റെ മുടി നരയ്ക്കുന്നതുവരെ. നീ എന്താണ് അവരെ പഠിപ്പിക്കുക? ഓരോരുത്തനുമറിയാം അയാൾക്കെന്തുവേണമെന്ന്. ജീവിതം നല്കുന്നതെല്ലാം സ്വീകരിക്കുന്നു. വിഡ്ഢികൾക്ക് ഒന്നും കിട്ടുകയില്ല. പക്ഷേ, ഓരോ മനുഷ്യനും സ്വയം പഠിക്കുന്നു.

"ഈ ജനങ്ങളുണ്ടല്ലോ. കൗതുകമുണ്ടാക്കുന്ന കൂട്ടം തന്നെ. അവർ ഒന്നിച്ചുചേരുന്നു, അന്യോന്യം ചവുട്ടി മെതിക്കുന്നു; ആവശ്യത്തിനിടമുള്ളപ്പോഴാണവരിതു ചെയ്യുന്നത്." പുറത്തെ സ്റ്റെപ്പിയിലേക്ക് അയാൾ സവിശേഷമായ രീതിയിൽ ആംഗ്യം കാണിക്കുന്നു. "അവരെല്ലാവരും ജോലിയെടുക്കുന്നു, എന്തിന്? ആർക്കുമറിയില്ല. നിലമുഴുതുമറിക്കുന്ന ഒരാളെ കാണുമ്പോഴൊക്കെ ഞാൻ സ്വയം ആലോചിക്കുന്നു. അവിടെ അയാൾ സ്വന്തം ശക്തിയും വിയർപ്പും ഭൂമിയിലേക്ക് തുള്ളിത്തുള്ളിയായി പകരുകയാണ്. അവസാനം അതേ ഭൂമിയിൽ കിടക്കാൻ, അവിടെ ചീഞ്ഞളിയാൻ. അയാളവിടെ മരിക്കും, ജനിച്ചതുപോലെ തിരുമണ്ടനായി; അയാളൊന്നും അവശേഷിപ്പിക്കുന്നില്ല, സ്വന്തം പാടങ്ങളല്ലാതെ മറ്റൊന്നും കാണുന്നുമില്ല.

"അതിനാണോ അയാൾ ജനിച്ചത്– മണ്ണുകുഴിക്കാൻ, സ്വന്തം ശവക്കുഴിയുണ്ടാക്കാൻ സമയമില്ലാതെ മരിച്ചുപോകാൻ? അയാളെപ്പോഴെങ്കിലും സ്വാതന്ത്ര്യം അനുഭവിച്ചിട്ടുണ്ടോ? സ്റ്റെപ്പിയുടെ വിസ്തൃതിയെപ്പറ്റി അവനെന്തെങ്കിലും അറിവുണ്ടോ? കടലിന്റെ മർമ്മരത്തിൽ അവന്റെ ഹൃദയം എപ്പോഴെങ്കിലും ആഹ്ലാദിച്ചിട്ടുണ്ടോ? അവനൊരടിമ—ജനനം മുതൽ മരണംവരെ അടിമ. അക്കാര്യത്തിൽ അവനെന്തുചെയ്യാൻ കഴിയും? ഒന്നും കഴിയില്ല. തൂങ്ങി മരിക്കാം, അതിനുള്ള ബോധമുണ്ടെങ്കിൽ.

"എന്റെ കാര്യമാണെങ്കിൽ, ഈ അമ്പെത്തെട്ടാം വയസ്സിൽ ഞാൻ ഏറെ കണ്ടിട്ടുണ്ട്. അവ കടലാസിലെഴുതിയാൽ നിന്റെ കൈയിലുള്ള ആയിരം സഞ്ചിയിലും ഉൾക്കൊള്ളാത്തത്ര എഴുതാനുണ്ടാവുമായിരുന്നു. ഞാൻ കാണാത്തൊരു പ്രദേശം ചൂണ്ടിക്കാണിക്കാമോ നിനക്ക്. കഴിയില്ല. നീ ഇന്നുവരെ കേൾക്കാത്ത സ്ഥലങ്ങൾ ഞാൻ കണ്ടിട്ടുണ്ട്. അതു

മാത്രമാണ് ജീവിക്കാനുള്ള വഴി. ഒരിടത്തുനിന്നു മറ്റൊരിടത്തേക്ക് നീങ്ങിക്കൊണ്ടിരിക്കുക. ഒരിടത്തും അധികകാലം തങ്ങരുത്—എന്തിന്? ദിനരാത്രങ്ങൾ എങ്ങനെ നീങ്ങുന്നുവെന്നു കാണുക, ഒന്ന് മറ്റൊന്നിനെ വേട്ടയാടിക്കൊണ്ട്, അതേപോലെ നീയും നിന്റെ ചിന്തകളെ വേട്ടയാടി അകറ്റണം. ജീവിതത്തോടുള്ള നിന്റെ ആസക്തി കെട്ടുപോകാതിരിക്കണമെങ്കിൽ അത് ചെയ്യണം. ജീവിതത്തെപ്പറ്റി മുനിഞ്ഞിരുന്ന് ചിന്തിച്ചുകൊണ്ടിരുന്നാൽ ആസക്തി കെട്ടുപോകും. ഈ ഞാൻ പോലും അങ്ങനെ ചെയ്തു. സത്യം, അങ്ങനെ സംഭവിച്ചു, കുട്ടിക്കഴുകാ.

"അത് ഞാൻ ജയിലിലിലായിരുന്നപ്പോഴാ. ഗലിച്ചിനയിൽ. എന്തിനാണ് ഞാൻ ജനിച്ചത്? എന്റെ കഷ്ടസ്ഥിതിയിൽ ഞാൻ ചിന്തിച്ചുപോയി. ഹോ! ജയിലിൽ അടയ്ക്കപ്പെടുകയെന്നാൽ വലിയ കഷ്ടപ്പാടാണ്—എന്തൊരു ദുരിതം. ജയിലിനപ്പുറത്തെ തുറന്ന പാടങ്ങളിലേക്ക് നോക്കുമ്പോഴൊക്കെ എന്റെ ഹൃദയം ഒരു തിന്മയിൽപ്പെട്ടുപോയി. ആർക്കാ പറയാൻ കഴിയുക. അയാളെന്തിനു പിറന്നുവെന്ന്. ആർക്കും കഴിയില്ല. ആരും ഇത്തരമൊരു ചോദ്യം സ്വയം ചോദിക്കരുത്. ജീവിക്കുക, ജീവിക്കുന്നതിൽ കൃതജ്ഞനായിരിക്കുക. ഭൂമിയിൽ ചുറ്റിക്കറങ്ങുക. കാണാനുള്ളതെല്ലാം കാണുക. അപ്പോൾ നിങ്ങൾക്ക് കഷ്ടചിന്തയുണ്ടാവില്ല. ങ്ആ, പക്ഷേ, അന്നത്തെ ആ സ്ഥിതിയിൽ ഞാൻ എന്റെ ബെൽട്ടിൽ മിക്കവാറും തൂങ്ങി മരിച്ചു." "ഒരിക്കൽ ഒരാളുമായി ഞാൻ സംസാരിച്ചു. നല്ല ഉറപ്പുള്ള മനുഷ്യനായിരുന്നു അയാൾ. നിന്നെപ്പോലെ റഷ്യക്കാരൻ. സ്വന്തം ഇഷ്ടത്തിനൊത്ത് ആരും ജീവിക്കരുത്. അയാൾ പറഞ്ഞു, ദൈവത്തിന്റെ വാക്കനുസരിച്ചുവേണം ജീവിക്കാൻ. ദൈവത്തെ അനുസരിച്ച് ജീവിച്ചാൽ അയാൾ പറഞ്ഞു, അയാൾക്കുവേണ്ടത് ദൈവം നല്കും. അയാൾ പഴന്തുണിയും മറ്റുമാണ് ധരിച്ചിരുന്നത്. പുതിയൊരു സ്യൂട്ട് തരാൻ ദൈവത്തോട് ചോദിച്ചൂടെ എന്നു ഞാൻ ആരാഞ്ഞു. അയാൾക്ക് ദേഷ്യം വന്നു. അയാളെന്നെ ശകാരിച്ചു. തള്ളിമാറ്റി. ഒരുമിനിറ്റു മുമ്പാണ് അയാൾ പറഞ്ഞത്. ഒരാൾ അയൽക്കാരെ സ്നേഹിക്കണം. അവരോട് ക്ഷമിക്കണം എന്നൊക്കെ. അയാളെന്താ എന്നോട് ക്ഷമിക്കാതിരുന്നത്? ഞാനയാളെ മുറിപ്പെടുത്തിയെങ്കിൽപ്പോലും ഇയാളാണ് ഗുരുനാഥൻ! അവർ കുറച്ചേ ആഹരിക്കാവൂ എന്ന് ജനങ്ങളെ പഠിപ്പിക്കുന്നു, അവരോ ദിവസം പത്തുനേരം തിന്നുന്നു."

അയാൾ തീക്കുണ്ഡത്തിലേക്ക് തുപ്പി; പൈപ്പ് നിറയ്ക്കുന്നതിനിടെ നിശ്ശബ്ദനായിരുന്നു. കാറ്റ് പതിയെ തേങ്ങി, ഇരുട്ടിൽ കുതിരകൾ മോങ്ങി, ജിപ്സികളുടെ പാളയത്തിൽനിന്ന് മൃദുലമായ, വികാരതീവ്രമായ ഒരു ഗാനത്തിന്റെ അലകൾ ഒഴുകിയെത്തി. മകാറിന്റെ മകൾ നൊങ്കയായിരുന്നു പാടിയത്. അവളുടെ ശബ്ദത്തിന്റെ അഗാധമായ മാധുര്യം ഞാൻ തിരിച്ചറിഞ്ഞു. ഒരേസമയം ആജ്ഞയുടെയും അസംതൃപ്തിയുടെയും സ്വരം അതിൽ എപ്പോഴും കേൾക്കാമായിരുന്നു, പാടുകയാണെങ്കിലും ആരെയെങ്കിലും അഭിവാദ്യം ചെയ്യുകയാണെങ്കിലും. അവളുടെ

പരന്ന മുഖത്ത് ഒരു രാജ്ഞിയുടെ ധിക്കാരം മരവിച്ചു നിന്നിരുന്നു. അവളുടെ ഇരുണ്ട മിഴികളിലെ നിഴലുകളിൽ അവളുടെ അപ്രതിരോധ്യമായ സൗന്ദര്യം, അവളല്ലാത്ത മറ്റെന്തിനോടുമുള്ള അവജ്ഞ മിന്നിയിരുന്നു. മകാർ പൈപ്പ് എനിക്കു നല്കി.

"ഒരു പുകയെടുക്കുക. അവൾ നന്നായി പാടുന്നുണ്ട് ഇല്ലേ? അവളെപ്പോലൊരുത്തിയുമായി പ്രേമബദ്ധനാവാൻ നിനക്കിഷ്ടമാണോ? ഇല്ലേ? നല്ലത്. സ്ത്രീകളെ വിശ്വസിക്കരുത്, അവരിൽനിന്ന് അകന്നു നല്ക്കുക. എനിക്ക് ഈ പൈപ്പ് വലിക്കുന്നതിൽനിന്ന് കിട്ടുന്നതിനേക്കാൾ ആനന്ദം ഒരു പെൺകിടാവിന് ഒരു പുരുഷനെ ചുംബിക്കുമ്പോൾ കിട്ടുന്നുണ്ട്. പക്ഷേ, അവളെ ചുംബിക്കുന്നതോടെ നിന്റെ സ്വാതന്ത്ര്യം നഷ്ടമായി. മുറിക്കാൻ കഴിയാത്ത അദൃശ്യ ബന്ധനങ്ങളിൽ അവൾ നിന്നെ പിടിച്ചു നിർത്തും. നീ സ്വയം അവളുടെ ഹൃദയത്തിനും ആത്മാവിനും സമർപ്പിക്കും. ഇതാണ് സത്യം. പെൺകിടാങ്ങളെ സൂക്ഷിക്കുക. അവർ നുണയേ പറയൂ! മറ്റെന്തിനേക്കാളും നിന്നെ സ്നേഹിക്കുന്നുവെന്ന് അവൾ ആണയിടും. അവൾക്ക് വേദനയുണ്ടാക്കുന്ന എന്തെങ്കിലുമൊരു കാര്യം നീ ചെയ്താലോ അവൾ നിന്റെ ഹൃദയം പറിച്ചെറിയും. എനിക്കറിയാം ഞാനെന്താണ് പറയുന്നതെന്ന്. എനിക്കറിയാവുന്ന പല കാര്യങ്ങളുണ്ട്. നിനക്ക് വേണമെങ്കിൽ ശരിക്കും നടന്ന ഒരു കഥ ഞാൻ പറയാം. അത് നന്നായി ഓർത്തുവയ്ക്കുക; അപ്പോൾ നീ ജീവിതകാലം മുഴുവൻ പക്ഷിയെപ്പോലെ സ്വതന്ത്രനായിരിക്കും.

"പണ്ടൊരിക്കൽ സോബാർ എന്ന്, ലൊയ്കോ സോബാർ എന്നു പേരായ ഒരു യുവ ജിപ്സിയുണ്ടായിരുന്നു. ഒട്ടും പേടിയില്ലാത്ത ഒരു യുവാവ്.. അയാളുടെ യശസ്സ് ഹംഗറിയിലും ബൊഹീമിയയിലും സ്ലാവോണിയയിലും കടലിനെ വലംവെയ്ക്കുന്ന എല്ലാ നാടുകളിലും പ്രചരിച്ചു. അവിടെയെങ്ങും അയാളെ അറിയാത്ത ഒരു ഗ്രാമവുമുണ്ടായിരുന്നില്ല. പക്ഷേ, സോബാറിനെ കൊല്ലുമെന്ന് പ്രതിജ്ഞയെടുത്ത അഞ്ചു പത്തു പേരുണ്ടായിരുന്നു. എന്നിട്ടും അയാൾ തുടർന്നും ജീവിച്ചു ഒരു കുതിരയോടു മോഹം തോന്നിയാൽ ഒരു സൈന്യവ്യൂഹത്തിനുപോലും ആ കുതിരപ്പുറത്ത് യാത്ര ചെയ്യുന്നതിൽനിന്ന് അയാളെ തടയാൻ കഴിയുമായിരുന്നില്ല. അയാൾ പേടിച്ച ഏതെങ്കിലും ആത്മാവുണ്ടായിരുന്നോ? സോബാറിനെ അതിന് കിട്ടുമായിരുന്നില്ല. തനിക്കു നേരെവന്നാൽ പിശാചിനെയും അവന്റെ സംഘത്തെയും കുത്തിമലർത്താൻ അയാൾക്കു മടിയുണ്ടായിരുന്നില്ല. അല്ലെങ്കിൽ അയാൾ അവരെ ശകാരിക്കും, അവർക്കൊരു കിഴുക്കു കിട്ടും, തീർച്ചയാണ്.

"എല്ലാ ജിപ്സി ക്യാമ്പുകൾക്കും സോബാറിനെ അറിയുമായിരുന്നു; അല്ലെങ്കിൽ അവർ അയാളെപ്പറ്റി കേട്ടിട്ടുണ്ടായിരുന്നു. അയാൾക്കു സ്നേഹമുണ്ടായിരുന്നത് ഒരേയൊരു സംഗതി മാത്രം – കുതിര. അതും അധികകാലം നീണ്ടുനില്ക്കുകയില്ല. അതിന്റെ പുറത്തിരുന്നോടിച്ചു മടുത്താൽ, അയാളതിനെ വില്ക്കും; ആ പണം, ചോദിക്കുന്ന ആരായാലും

അയാൾക്കു കൊടുക്കും. അയാൾ ഒന്നിനും വില കല്പിച്ചില്ല. ആർക്കെങ്കിലുമാവശ്യമാണെങ്കിൽ അയാൾ ഹൃദയം പറിച്ചു കൊടുക്കുമായിരുന്നു. അങ്ങിനെയൊരുത്തൻ.

"ഞാനീ പറയുന്നകാലത്ത് , ഏതാണ്ട് പത്ത് കൊല്ലം മുമ്പ്, ഞങ്ങളുടെ സംഘം ബുകോവിനയിലൂടെ അലയുകയായിരുന്നു. ഞങ്ങളിൽ ഒരുകൂട്ടം ഒരു വസന്തകാല രാത്രിയിൽ ഒരുമിച്ചിരിക്കുയായിരുന്നു– കൊസ്സുത്തിന്റെ കീഴിൽ പോരാടിയ പട്ടാളക്കാരനായ ഡാനിയോ, വൃദ്ധനായ നൂർ, രദ്ധ, ഡാനിലോവിന്റെ മകൾ, മറ്റുചിലർ.

"നീയെന്റെ മകൾ നൊങ്കയെ കണ്ടിട്ടുണ്ടോ? സുന്ദരിമാരുടെ രാജ്ഞിയാണവൾ. എന്നാൽ, അവളെ രദ്ധയോടു താരതമ്യം ചെയ്താൽ അതവൾക്കൊരു ബഹുമതിയാവും. രദ്ധയുടെ സൗന്ദര്യം വർണ്ണിക്കാൻ വാക്കുകളില്ല. ഒരുപക്ഷേ, ആ സൗന്ദര്യം ഒരു വയലിനിൽ വായിച്ചെടുക്കാം; പക്ഷേ, സ്വന്തം ആത്മാവിനെ അറിയുന്നപോലെ ആ ഉപകരണമറിയുന്നൊരാൾക്കുമാത്രം.

"രദ്ധയുടെ സൗന്ദര്യത്തിൽ പലരും മോഹിതരായി, പ്രണയപരവശരായി. മൊറാവായിലെ ധനികനായൊരു വൃദ്ധൻ അവളെക്കണ്ട് നിശ്ശബ്ദനായിപ്പോയി. അയാൾ കുതിരപ്പുറത്തിരുന്ന് അവളെത്തന്നെ നോക്കി, അപസ്മാര ബാധിതനെപ്പോലെ വിറച്ചു. ഒഴിവുനാളത്തെ പിശാചിനെപ്പോലെ അയാൾ സ്തബ്ധനായി; സ്വർണ്ണം തുന്നിപ്പിടിപ്പിച്ച ഉക്രേനിയൻകോട്ടും, രത്നക്കല്ലുകൾ തുന്നിച്ചേർന്ന പാർശ്വ ഉറയിലെ വാളും, കുതിരപ്പുറത്ത് ഓരോ നിമിഷത്തിലും മിന്നൽപ്പിണരുപോലെ ജ്വലിച്ചു. തൊപ്പിയിലെ നീല വെൽവെറ്റ് നീലാകാശച്ചീളുപോലെ തിളങ്ങി. അയാൾ ഒരു പ്രമാണിയായിരുന്നു. രദ്ധയെ നോക്കി അയാൾ കുതിരപ്പുറത്ത് ഇരുന്നു. അവസാനം അയാൾ അവളോട് പറഞ്ഞു: "ഒരു ചുംബനത്തിന് പഴ്സ് നിറയെ പണം!" അവൾ തല തിരിച്ചു കളഞ്ഞു. ഇതുകണ്ട വൃദ്ധധനികൻ തന്റെ രീതി മാറ്റി.

"നിന്നെ ഞാനപമാനിച്ചുവെന്ന് തോന്നുന്നുവെങ്കിൽ മാപ്പാക്കുക, പൊന്നേ; പക്ഷേ, എനിക്കൊരു പുഞ്ചിരിയെങ്കിലും തരിക." ഇതു പറഞ്ഞ് അയാൾ തന്റെ പഴ്സ് അവളുടെ കാൽക്കലേക്കെറിഞ്ഞു, അതിൽ നിറയെ പണമായിരുന്നു. അവളതു കാലുകൊണ്ട് ചവിട്ടിയമർത്തി, അവളതു കണ്ടിട്ടില്ലെന്ന മട്ടിൽ.

"ഹാ, എന്തൊരു പെൺകുട്ടി!" അയാൾ കിതച്ചു. ചാട്ടവാർകൊണ്ട് കുതിരയെ അടിച്ചു. വീഥിയിലെ ധൂളി ഒരു മേഘമായി ഉയർന്നു. കുതിര കുതിച്ചു.

"അയാൾ പിറ്റേന്നു തിരിച്ചുവന്നു. "ആരാണവളുടെ അച്ഛൻ?" ക്യാമ്പിൽ മുഴുവൻ പ്രതിധ്വനിക്കുന്ന ശബ്ദത്തിൽ അയാൾ ചോദിച്ചു. ഡാനിലോ മുന്നോട്ടുവന്നു. "നിങ്ങളുടെ മകളെ എനിക്കു വിറ്റാലും. വില നിങ്ങൾ തന്നെ നിശ്ചയിച്ചാലും."

"മാന്യന്മാർ മാത്രമാണ് മനസ്സാക്ഷിയുടെ അനുമതിയോടെ മാത്രം

സ്വന്തം പന്നികളിൽ ഒരു ഭാഗത്തെ വിറ്റഴിക്കുക" ഡാനിലോ പറഞ്ഞു. "ഞാനാണെങ്കിൽ കൊസ്സുത്തിന്റെ കീഴിൽ പൊരുതിയവൻ, തെറ്റായി ഒന്നും ചെയ്യാത്തവൻ."

"ധനിക വൃദ്ധൻ അലറി, വാളെടുക്കാൻ ശ്രമിച്ചു. ഇതിനിടയിൽ ആരേ ഒരാൾ കുതിരയുടെ ചെവിക്കു പിറകിൽ ഇക്കിളിപ്പെടുത്തി; കുതിര തന്റെ യജമാനനെയുംകൊണ്ട് പറന്നുപോയി. ഞങ്ങൾ ക്യാമ്പ് പിരിച്ചു വിട്ട് വീഥിയിലൂടെ നടന്നു. രണ്ടു പൂർണ്ണ ദിവസം കഴിഞ്ഞപ്പോൾ അയാൾ വീണ്ടും വരുന്നത് ഞങ്ങൾ കണ്ടു."ഹേയ്!" അയാൾ അട്ടഹസിച്ചു.' 'ദൈവനാമത്തിൽ ഞാൻ വാക്കുതരുന്നു, എന്റെ ഉദ്ദേശ്യം ശുദ്ധമാണ്, സത്യസന്ധമാണ്. പെൺകുട്ടിയെ എനിക്കു സഹധർമ്മിണിയായി തന്നാലും. എനിക്കുള്ള സമ്പത്ത് മുഴുവൻ ഞാൻ നിങ്ങളുമായി പങ്കുവയ്ക്കാം. ഞാൻ വളരെ സമ്പന്നനാണ്. അയാൾ വികാരംകൊണ്ട് ജ്വലിക്കുകയായിരുന്നു. ജീനിയിൽ കാറ്റിലൂയലാടുന്ന തൂവൽത്തുണ്ട് പോലെയായിരുന്നു അയാൾ. അയാൾ പറഞ്ഞതിനെപ്പറ്റി ഞങ്ങൾ ആലോചിച്ചു.

"ശരി, മോളേ, ഇനി നീ സംസാരിക്കുക", തന്റെ താടിക്കിടിയിലൂടെ ഡാനിലോ മൊഴിഞ്ഞു.

"കഴുകന്റെ ഇണ സ്വേച്ഛയാ കാക്കക്കൂട്ടിൽ ചെന്നാൽ നിങ്ങളൊക്കെ അവളെപ്പറ്റി എന്താ കരുതുക?" രദ്ധ ചോദിച്ചു.

"ഡാനിലേ പൊട്ടിച്ചിരിച്ചു, ഞങ്ങളും.

"നല്ല വർത്തമാനം മോളേ! പ്രഭോ അങ്ങ് കേട്ടില്ലേ? അങ്ങയുടെ അപേക്ഷ തള്ളിയിരിക്കുന്നു! ഒരു മുതലക്കുഞ്ഞിനെ പ്രണയിക്ക്...അവർക്ക് നല്ല ഇണക്കം കാണും." ഞങ്ങൾ ഞങ്ങളുടെ വഴിക്കുപോയി.

"ഇതുകേട്ട് ധനികൻ തന്റെ തൊപ്പി വലിച്ചെറിഞ്ഞ്, ഭൂമികുലുക്കുന്ന വേഗത്തിൽ കുതിരയെ ഓടിച്ചുപോയി. അങ്ങനെയായിരുന്നു രദ്ധ, കുട്ടിക്കഴുകാ.

"വീണ്ടുമൊരു രാത്രി. ഞങ്ങൾ ക്യാമ്പ് ചെയ്യുകയായിരുന്നു. പെട്ടെന്ന് സ്റ്റെപ്പിയിൽനിന്ന് ഒരു സംഗീതമുയരുന്നത് ഞങ്ങൾ കേട്ടു. അത്ഭുതകരമായ സംഗീതം. സിരകളിലൂടെ രക്തം കുതിക്കുന്ന സംഗീതം, നിങ്ങളെ അജ്ഞാത ദിശകളിലേക്ക് കൊണ്ടുപോവുന്ന സംഗീതം." അത് ഞങ്ങളിൽ ഒരുതരം അഭിലാഷം വളർത്തി. ഒരിക്കലതുകേട്ടാൽ, ജീവിക്കുന്നതിലർത്ഥമില്ല. ജീവിച്ചാലോ അത് ലോകത്തിന്റെ യജമാനന്മാരെ പോലെയായിരിക്കും.

"അപ്പോൾ ഇരുളിൽനിന്ന് ഒരു അശ്വം കടന്നുവന്നു. കുതിരപ്പുറത്ത് ഒരാൾ ഇരിക്കുന്നുണ്ടായിരുന്നു. അയാൾ ഫിഡിൽ വായിക്കുകയായിരുന്നു; അയാൾ ഞങ്ങളുടെ ക്യാമ്പിലെ തീക്കുണ്ഡത്തിനടുത്തുനിന്നു. ഫിഡിൽ വായനനിർത്തി, ഞങ്ങളെ നോക്കി പുഞ്ചിരിച്ചു.

"ങആ, സോബാർ! അത് നീയാണ്!" ഡാനിലോ ഹൃദയപൂർവ്വം പറഞ്ഞു.

"അത് ലൊയ്കോ സോബാർ ആയിരുന്നു. അയാളുടെ മീശ ചുമ

ലറ്റം തൂങ്ങിനിന്നു; അവിടെ അത് അയാളുടെ തലമുടിയുമായിടകലർന്നു.അയാളുടെ കണ്ണുകൾ രണ്ടു നക്ഷത്രങ്ങൾപോലെ തിളങ്ങി. അയാളുടെ പുഞ്ചിരി സൂര്യൻ തന്നെയായിരുന്നു. അയാളും അശ്വനും ഒരു കല്ലിൽ കൊത്തിയെടുത്തപോലെ. അയാൾ അങ്ങനെ നിന്നു. അഗ്നിനാളത്തിൽ രക്തം പോലെ ചെമന്നു തുടുത്ത്, ചിരിക്കുമ്പോൾ അയാളുടെ പല്ലുകൾ തിളങ്ങി....... എന്നെ ഞാൻ സ്നേഹിക്കുന്നതുപോലെ ത്തന്നെ അയാളെയും ഞാൻ സ്നേഹിക്കുന്നില്ലെങ്കിൽ ഞാൻ നശിച്ചുപോവട്ടെ. അയാളെന്നോട് ഒരു വാക്കും പറഞ്ഞിട്ടില്ല, എന്റെ അസ്തിത്വം അറിഞ്ഞിട്ടുപോലുമില്ല.

"അത്തരം ചിലരുണ്ട്, കുട്ടിക്കഴുകാ. അയാൾ നിന്റെ കണ്ണുകളിൽ നോക്കുമ്പോൾ, നിന്റെ ആത്മാവ് കീഴ്പ്പെടുന്നു; അതിൽ ലജ്ജിക്കുന്നതിനുപകരം നീ അഭിമാനപൂരിതനാകുന്നു. അയാളുടെ സാന്നിദ്ധ്യത്തിൽ നീ കൂടുതൽ ഉഷാർ ആവുന്നു. അത്തരക്കാർ അധികമില്ല. അങ്ങിനെയാവുന്നതാണ് നല്ലത്. ഒരുപാട് നല്ല വസ്തുക്കൾ ലോകത്തിലുണ്ടായാൽ, അവയെ നല്ലതായി എണ്ണുകയില്ല. കേൾക്കുക, പിന്നെന്തു നടന്നുവെന്ന്."

"രദ്ധ അയാളോട് പറഞ്ഞു: "നിങ്ങൾ നന്നായി വയലിൻ വായിക്കുന്നു സോബാർ. ആരാണ് ഇത്ര നല്ല ശബ്ദമുള്ള ഫിഡിൽ ഉണ്ടാക്കിത്തന്നത്?"

"ഞാൻ തന്നെ ഉണ്ടാക്കിയതാണ്, അയാൾ ചിരിച്ചു. "മരംകൊണ്ടല്ല, ഞാൻ സ്നേഹിച്ച ഒരു പെൺകിടാവിന്റെ മാറിടംകൊണ്ട്; ഇതിന്റെ കമ്പികൾ അവളുടെ ഹൃദയതന്ത്രികൾ. ഇപ്പോഴും ചിലപ്പോഴത്, തെറ്റായ സ്വരം പുറപ്പെടുവിക്കുന്നുണ്ട്, എന്റെയീ ഫിഡിൽ; പക്ഷേ,അതിന്റെ ബോ എങ്ങിനെ പ്രയോഗിക്കണമെന്നെനിക്കറിയാം."

"തന്നെപ്പറ്റിയുള്ള ആഗ്രഹങ്ങളാൽ പെൺകിടാവിന്റെ കണ്ണുകൾ മേഘാവൃതമാക്കാൻ പുരുഷൻ എപ്പോഴും ശ്രമിക്കുന്നു; ആ കണ്ണുകളിൽ നിന്നുള്ള അമ്പുകളിൽനിന്ന് സ്വന്തം ഹൃദയത്തെ രക്ഷിക്കാമല്ലോ. ഇക്കാര്യത്തിൽ സോബാറും വ്യത്യസ്തനായിരുന്നില്ല. പക്ഷേ, ഇപ്പോഴത്തെ കളി ആരുമായിട്ടാണെന്ന് അയാൾ മനസ്സിലാക്കിയില്ല. രദ്ധ മുഖം തിരിച്ച്, കോട്ടുവായിട്ട്, അയാളോട് പറഞ്ഞു: "എന്നോടെല്ലാവരും പറഞ്ഞിരിക്കുന്ന സോബാർ ബുദ്ധിമാനും നർമ്മജ്ഞനുമാണെന്നാണ്. എന്തൊരബദ്ധം!" അവൾ നടന്നകന്നുപോയി.

"നിനക്ക് കൂർത്തപല്ലുകളാണ് സുന്ദരിപ്പെണ്ണേ!" സോബാർ പറഞ്ഞു: കുതിരപ്പുറത്തുനിന്നെഴുന്നേല്ക്കുമ്പോൾ അവന്റെ കണ്ണുകൾ തിളങ്ങുന്നുണ്ടായിരുന്നു. "അഭിവാദ്യം ചങ്ങാതിമാരേ, നിങ്ങളെ കാണാനാ ഞാൻ വന്നത്."

"സന്തോഷം", ഡാനിലോ പ്രതിവചിച്ചു.

"ഞങ്ങൾ അന്യോന്യം ഉമ്മവെച്ചു, അല്പനേരം സംസാരിച്ചിരുന്നു, പിന്നെ ഉറങ്ങാൻ പോയി. ഞങ്ങൾ നന്നായി ഉറങ്ങി. കാലത്തെഴുന്നേറ്റ

പ്പോൾ തലയ്ക്കുചുറ്റും ഒരു ബാന്റേജുമായി സോബാർ. എന്താണ് സംഭവിച്ചത്? രാത്രിയിൽ കുതിര അയാളെ തൊഴിച്ചിരിക്കണം.

"ങ്ആ, ഞങ്ങൾക്കറിയാം ആ കുതിര ആരായിരുന്നുവെന്ന്! ഞങ്ങൾ സ്വയം മന്ദഹസിച്ചു; ഡാനിലോവും മന്ദഹസിച്ചു. അപ്പോൾ സോബാറും രദ്ധയ്ക്ക് അനുയോജ്യനല്ലെന്നോ? അല്ലേയല്ല."

ഒരു പെൺകിടാവ് സുന്ദരിയാകാം, അവൾക്ക് തുച്ഛമായ, കയമില്ലാത്ത ആത്മാവാണുള്ളത്, ലോകത്തിലെ മുഴുവൻ സ്വർണ്ണപ്പാളികളും ചേർത്താലും അവളുടെ മൂല്യത്തിൽ ഒരു ചില്ലിക്കാശിന്റെ വർദ്ധനവുണ്ടാവുന്നില്ല.

"ങ്ആ, ഞങ്ങളവിടെക്കൂടി, ആ സ്ഥലത്തുതന്നെ. കാര്യങ്ങളെല്ലാം നന്നായി നടന്നു. ലൊയ്കോ സോബാറും അവിടെ തങ്ങി. അയാളൊരു നല്ല കൂട്ടുകാരനായിരുന്നു. പ്രായം ചെന്നൊരാളെപ്പോലെ വിവേകശാലി, കാര്യങ്ങൾ നന്നായി മനസ്സിലാക്കുന്നവൻ, റഷ്യനും മാഗ്യാറും ഭാഷകൾ എഴുതാനും വായിക്കാനും കഴിയുന്നവൻ. രാത്രി മുഴുവൻ അയാളുമായി സംസാരിച്ചിരിക്കാൻ എനിക്കു കഴിയുമായിരുന്നു. സംഗീതത്തിന്റെ കാര്യത്തിൽ, അയാളെപ്പോലൊരു വയലിനിസ്റ്റുണ്ടെങ്കിൽ എന്നെ ഇടിവെട്ടിക്കോട്ടെ. അയാളുടെ ബോ, കമ്പികളിലൂടെ ചലിക്കുമ്പോൾ ഹൃദയം നെഞ്ചിലേക്കു തുള്ളിപ്പോവും; അയാൾ വീണ്ടുമത് ചെയ്തെങ്കിലോ? നിങ്ങളുടെ മനം നിറയെ സംഘർഷമാകും. അയാൾ വയലിൻ വായിച്ചുകൊണ്ടിരുന്നു, മന്ദഹസിച്ചുകൊണ്ടിരുന്നു. നിങ്ങൾക്കൊരേസമയത്ത് കരയാനും ചിരിക്കാനും തോന്നും. ആരോ ഒരാൾ ദയനീയമായി വിലപിക്കുകയാണ്, സഹായത്തിന് അർത്ഥിക്കുകയാണ്. നിങ്ങളുടെ നേരെ ഒരു കത്തി നിവർന്നു വരുന്നതുപോലെയാണത്. സ്റ്റെപ്പി ആകാശത്തോട് ഒരു കഥ പറയുകയാണ് – ഒരു ദുഃഖകഥ, കാമുകനോട് യാത്ര പറയുമ്പോൾ ഒരു പെൺകിടാവ് വിലപിക്കുന്നതുപോലെ; സ്റ്റെപ്പിയിൽനിന്ന് അവളുടെ കമിതാവ് വിളിക്കുകയാണ്. അപ്പോഴാണ് ആഹ്ലാദകരമായ ഒരു ഈണം കേൾക്കുന്നത്, അത് നിന്നെ കലക്കിമറിച്ചുകളയും, ആകാശത്തിൽ സൂര്യനെ നൃത്തം ചെയ്യിക്കും. അങ്ങനെയാണവൻ വായിക്കുന്നത്, കുട്ടിക്കഴുകാ.

"ആ ഈണം നിന്റെ ശരീരത്തിന്റെ ഓരോ തന്തുവിലും നീ അനുഭവിക്കുന്നു. നീയതിന്റെ അടിമയായിത്തീരുന്നു. ആ നിമിഷം സോബാർ വിളിച്ചിരുന്നെങ്കിൽ; "കത്തിയുമായിറങ്ങി വരിൻ, സഖാക്കളേ!' എല്ലാവരും അയാൾ ചൂണ്ടിക്കാണിക്കുന്ന ആരെയും കുത്തി വീഴ്ത്തുമായിരുന്നു. ചെറുവിരൽകൊണ്ട് ഒരാളെ കാക്കാനയാൾക്കറിയാം. അപ്പോഴും എല്ലാവരും അയാളെ സ്നേഹിച്ചു. എന്നിട്ടും രദ്ധയ്ക്ക് അയാളെ വേണ്ട. അത് വളരെ മോശമായിപ്പോയി. മാത്രമല്ല, അവൾ അയാളെ പരിഹസിച്ചു. അയാളുടെ ഹൃദയത്തിന് മുറിവേല്പിച്ചു; വല്ലാതെ, വല്ലാതെ മുറിവേല്പിച്ചു. അയാൾ പല്ലുകടിക്കും, മീശപിരിക്കും, അയാളുടെ കണ്ണുകൾ കിണറിനേക്കാൾ കയമുള്ളതായി മാറും, ചിലപ്പോൾ നിങ്ങളുടെ

ഹൃദയത്തിൽ ഭീതി നിറയ്ക്കുന്ന ഒരു ജ്വാല ആ കണ്ണുകളിൽ കാണും. രാത്രി, അയാൾ സ്റ്റെപ്പിയുടെ ഉള്ളറയിലേക്കിറങ്ങും, പ്രഭാതമാവുംവരെ അയാളുടെ വയലിൻ അവിടെ വിലപിച്ചുകൊണ്ടിരിക്കും—തന്റെ നഷ്ടപ്പെട്ട സ്വാതന്ത്ര്യത്തിനുവേണ്ടി വിലപിച്ചുകൊണ്ടിരിക്കും. ഞങ്ങൾ കിടന്ന് ശ്രദ്ധിക്കും, സ്വയം ആലോചിക്കും. ഇനിയെന്താണുണ്ടാവുക? ഞങ്ങൾക്കറിയുമായിരുന്നു രണ്ടു ശിലാഖണ്ഡങ്ങൾ അന്യോന്യം ഉരുളുമ്പോൾ, അവയുടെ വഴിയിലുള്ള എല്ലാറ്റിനെയും തകർത്തുകളയും. അതായിരുന്നു കാര്യങ്ങളുടെ സ്ഥിതി.

"ഒരു രാത്രിയിൽ ഞങ്ങളെല്ലാം തീയ്ക്കു ചുറ്റും ഇരുന്നു, ദീർഘനേരമിരുന്നു ചർച്ച ചെയ്തു. സംസാരിച്ചു ക്ഷീണിച്ചപ്പോൾ ഡാനിലോ സോബാറിനു നേരെ തിരിഞ്ഞിട്ടു പറഞ്ഞു: "ഞങ്ങൾക്കുവേണ്ടി ഒരു പാട്ട് പാടൂ സോബർ, ഞങ്ങളുടെ ഹൃദയത്തിൽ ആനന്ദം നിറയ്ക്കൂ." സോബാർ രദ്ധയെ നോക്കി. അകലെയല്ലാതെ, ആകാശത്തിൽ നോക്കി നിലത്തു"കിടക്കുകയായിരുന്നു അവൾ. അയാൾ തന്റെ ബോ, കമ്പികളിലൂടെ വലിച്ചു. ഒരു പെൺകിടാവിന്റെ ഹൃദയതന്ത്രികളിൽ നിന്നെന്നപോലെ വയലിൻ പാടി. അയാൾ പാടിത്തുടങ്ങി.

ഹി ഹോ, ഹി ഹോ! എന്റെ ഹൃദയം ജ്വലിക്കുന്നു,
സ്റ്റെപ്പിസാഗരംപോലെ,
നമ്മുടെ ധീരാശ്വങ്ങൾ കാറ്റുപോലെ
നിന്നെയും എന്നെയും ചുമന്നുപോകുന്നു.

രദ്ധ തല അയാൾക്കു നേരെ തിരിച്ചു; കൈമുട്ടുകളിലുയർന്നുനിന്നു; അയാളെ പരിഹസിച്ചു. സോബാറിന്റെ മുഖം വിവർണ്ണമായി.

"ഹിഹോ, ഹിഹോ! എന്റെ നേരായ സഖാവേ,
പ്രഭാതം ആസന്നമായി;
സ്റ്റെപ്പി നിശയുടെ നിഴലുകൾ പൊതിഞ്ഞിരിക്കുന്നു
പക്ഷേ, നമ്മൾ ആകാശം കയറുകതന്നെ ചെയ്യും.
അതാ സമതലത്തിൽ പ്രഭാതം പ്രകാശിക്കുന്നു
അതിനെ കാണാൻ അശ്വത്തെ ത്വരിപ്പിക്കുക.
പക്ഷേ, സുന്ദരിയായ ചന്ദ്രിക
അതിന്റെ കുഞ്ചിരോമത്തിന് അസ്പൃശ്യ!"

"എന്തൊരു പാട്ട്! ഇക്കാലത്ത് ആരും ഇങ്ങനെ പാടുന്നില്ല. പക്ഷേ, രദ്ധ ശ്വാസം മുറുക്കി പറഞ്ഞു:

"നിന്റെ സ്ഥാനത്ത് ഞാനായിരുന്നെങ്കിൽ, അത്ര ഉയരത്തിൽ കയറുമായിരുന്നില്ല. ലൊയ്കോ സോബാർ. നീ ഒരു ചെളിക്കുണ്ടിൽ വീണ്, നിന്റെയാ സുന്ദരൻ മീശ ചീത്തയാകും."

സോബാർ അവളെ രോഷത്തോടെ നോക്കി, ഒന്നും പറഞ്ഞില്ല. അയാൾ സ്വയം നിയന്ത്രിച്ചു, പാട്ട് തുടർന്നു:

"ഹി ഹോ, ഹി ഹോ! പകൽ വന്ന് പ്രകാശം പരത്തിയെങ്കിൽ
നാം രണ്ടുപേരും ഉറങ്ങുന്നതായി കണ്ടെങ്കിൽ

നമ്മുടെ കവിൾത്തടങ്ങൾ ചെമന്ന് നാം നാണിക്കും
കിടക്കയിൽനിന്ന് നാം ചാടിയെണീക്കും.

"ഗംഭീരഗാനം", ഡാനിലോ പറഞ്ഞു. "ഇതിലും നല്ല പാട്ട് ഞാനിതുവരെ കേട്ടിട്ടില്ല; ഉണ്ടെങ്കിൽ ചെകുത്താൻ എന്നെയൊരു പൈപ്പാക്കി മാറ്റട്ടെ!"

വൃദ്ധനായ നൂർ തന്റെ മീശതടവി, ചുമൽ കുലുക്കി. എല്ലാരും സോബാറിന്റെ ധീരഗാനം ഇഷ്ടപ്പെട്ടു. പക്ഷേ, രദ്ധയ്ക്ക് അതിഷ്ടപ്പെട്ടില്ല.

"ഒരിക്കൽ ഞാൻ കേട്ടിട്ടുണ്ട് ഒരടയ്ക്കാപ്പക്ഷി കഴുകനെ അനുകരിക്കുന്നത്," അവൾ പറഞ്ഞു. ഞങ്ങളുടെയൊക്കെ മുഖത്തേക്ക് അവൾ മഞ്ഞുവാരിയെറിഞ്ഞതുപോലായിരുന്നു അത്.

"നിനക്ക് ചാട്ടവാറുകൊണ്ടൊരടി വേണമെന്ന് തോന്നുന്നു രദ്ധാ. ഡാനിലോ ശാസിച്ചു. പക്ഷേ, സോബാർ തന്റെ തൊപ്പി മണ്ണിലേക്കെറിഞ്ഞു പറഞ്ഞു: "ഭൂമിയെപ്പോലെ ഇരുണ്ടിരുന്നു അവന്റെ മുഖം."

"നില്ക്ക് ഡാനിലോ! ബാധയുള്ള കുതിരയ്ക്ക് ഇരുമ്പ് കടിഞ്ഞാൺ തന്നെ വേണം. അങ്ങയുടെ മകളെ എനിക്ക് പത്നിയായിത്തന്നാലും."

"നല്ല വർത്തമാനം." ചിരിച്ചുകൊണ്ട് ഡാനിലോ പറഞ്ഞു: "കഴിയുമെങ്കിൽ അവളെ കൂട്ടിക്കോളൂ."

'ശരി.' സോബാർ പറഞ്ഞു. പിന്നീട് രദ്ധയുടെ നേരെ തിരിഞ്ഞു:

'ഉയർന്ന കുതിരപ്പുറത്തുനിന്ന് ഇറങ്ങുക, പെൺകിടാവേ. ഞാൻ പറയുന്നത് കേൾക്കുക. ഒരുപാട് പെൺകുട്ടികളെ ഞാൻ കണ്ടിട്ടുണ്ട്. ഒരുപാട്. പക്ഷേ, നിന്നെപ്പോലെ ആരും എന്റെ ഹൃദയം കവർന്നില്ല. ഹാ! രദ്ധാ! നീ എന്റെ ആത്മാവിനെ അടിമയാക്കിയിരിക്കുന്നു. ഇനി എനിക്ക് വയ്യ. നടക്കേണ്ടത് നടക്കണം. തന്നിൽനിന്ന് പുരുഷനെ അകറ്റിക്കളയുന്ന ഒരു കുതിരയുമില്ല. ദൈവവും എന്റെ മനസ്സാക്ഷിയും സാക്ഷി, നിന്റെ പിതാവിന്റെയും ഈ ആളുകളുടെയും മുന്നിൽവെച്ച്, നിന്നെ ഞാൻ സഹധർമ്മിണിയായി സ്വീകരിക്കുന്നു. ഒരുകാര്യം ആദ്യമേ പറയാം, എന്റെ സ്വാതന്ത്ര്യം നീ തടയരുത്; ഞാൻ സ്വാതന്ത്ര്യം ഇഷ്ടപ്പെടുന്ന ഒരാളാണ്, എന്നും എപ്പോഴും എന്റെ ഇഷ്ടംപോലെ ഞാൻ ജീവിക്കും.' അയാൾ അവൾക്കുനേരെ കടിച്ചുപിടിച്ച പല്ലും തിളങ്ങുന്ന മിഴികളുമായി ചെന്നു. അവൾക്കു നേരെ കൈനീട്ടി, അതു ഞങ്ങൾ കണ്ടു. ഞങ്ങൾ കരുതി: അവസാനം രദ്ധ സ്റ്റെപ്പിയിലെ മുരടൻ കുതിരയ്ക്ക് കടിഞ്ഞാണിട്ടു. പക്ഷേ, പെട്ടെന്ന് സോബറിന്റെ കൈകൾ പാറിയുയർന്നു. അയാൾ മണ്ണിൽ മലർന്നു വീണു.

എന്താവാം സംഭവിച്ചത്? അയാളുടെ ഹൃദയത്തിൽ ഒരു ബുള്ളറ്റ് തളച്ചതുപോലെയായിരുന്നു അത്. പക്ഷേ, അത് രദ്ധയായിരുന്നു. അവൾ ഒരു ചാട്ടവാറുകൊണ്ട് അയാളുടെ കാലുകളിൽ അടിച്ചു. അവ ഇളകി. അതാണയാൾ താഴെ വീണത്.

അപ്പോഴും അവൾ നിശ്ചലയായി കിടന്നു, ചുണ്ടുകളിൽ അവഹേ

ളനം നിറഞ്ഞ ഒരു പുഞ്ചിരിയുമായി. ഇനിയെന്തു സംഭവിക്കുമെന്ന് ഞങ്ങൾ നോക്കി. സോബാർ എഴുന്നേറ്റിരുന്നു. തന്റെ തല കൈകളിലൊതുക്കി; അത് പൊട്ടിപ്പോകുമോ എന്നു ഭയപ്പെടുന്നതുപോലെ. പിന്നെയവൻ പതിയെ എഴുന്നേറ്റു, ആരെയും നോക്കാതെ സ്റ്റെപ്പിയിലേക്കുപോയി. നൂർ എന്നോട് മന്ത്രിച്ചു. 'അവനെ ഒന്നു ശ്രദ്ധിച്ചോളണേ.' ഞാനവന്റെ പിന്നാലെ സ്റ്റെപ്പിയിലേക്ക് ഇഴഞ്ഞുചെന്നു. രാത്രിയുടെ അന്ധകാരത്തിൽ. ആലോചിച്ചു നോക്കൂ കുട്ടിക്കഴുകാ."

പൈപ്പിന്റെ കുടത്തിൽനിന്ന് മകാർ ചാരം പുറത്തേക്കു കളഞ്ഞു, വീണ്ടും പൈപ്പ് നിറച്ചു. ഞാൻ കോട്ട് മുറുക്കിക്കെട്ടി, ശരിക്കു കിടന്നു; അതാണ് അയാളുടെ വൃദ്ധമുഖം ശ്രദ്ധിക്കാൻ നല്ലത്, സൂര്യപ്രകാശവും കാറ്റും തട്ടി നല്ല ഓട്ടുനിറമുള്ള മുഖം. അയാൾ സ്വയം പിറുപിറുക്കുന്നുണ്ടായിരുന്നു; താൻ പറഞ്ഞത് ഒരിക്കൽക്കൂടി ഉറപ്പിക്കുന്നതുപോലെ തല കുലുക്കിക്കൊണ്ട്. അയാളുടെ നരബാധിച്ച മീശ ഇളകി, തലമുടി കാറ്റിൽ പറന്നു. ഇടിയേറ്റ പഴയൊരു ഓക്കുമരം പോലെയായിരുന്നു അയാൾ; പക്ഷേ, ഇപ്പോഴും നല്ല കരുത്ത്, നല്ല ശക്തി, അതിനെപ്പറ്റി വലിയ അഭിമാനം. കടൽ മണലിനോട് മന്ത്രിച്ചുകൊണ്ടിരുന്നു. കാറ്റ് ആ ശബ്ദം സ്റ്റെപ്പിയിലേക്കു വഹിച്ചു. നൊങ്ക പാട്ട് നിർത്തിയിരുന്നു. ഉരുണ്ടുകൂടിയ മേഘങ്ങൾ ശരത്ക്കാല രാത്രിയെ കൂടുതൽ അന്ധകാരമയമാക്കി.

"ലൊയ്കോ ഓരോ ചുവടും വലിച്ചുവെച്ചാണ് നടന്നത്. അയാളുടെ ശിരസ്സ് താഴ്ന്നിരുന്നു. ചാട്ടവാറിന്റെ ചരടുപോലെ കൈകൾ തൂങ്ങിക്കിടന്നു. ഒരരുവിയുടെ തീരത്തെത്തിയപ്പോൾ അയാളൊരു കല്ലിന്മേലിരുന്നു വിലപിച്ചു. ആ വിലാപശബ്ദം എന്റെ ഹൃദയം പിളർന്നു. പക്ഷേ, ഞാനയാളുടെ അടുത്തു പോയില്ല. വാക്കുകൾക്ക് ഒരു പുരുഷന്റെ ദുഃഖം കുറച്ചുകൊണ്ടുവരാൻ കഴിയില്ല അല്ലേ? അതാണ് കുഴപ്പം. അയാളവിടെയിരുന്നു, ഒരു മണിക്കൂർ, പിന്നെയും ഒരു മണിക്കൂർ, മൂന്നാമതും ഒരു മണിക്കൂർ, അയാളിളകിയില്ല. വെറുതെയിരുന്നു.

"ദൂരെയല്ലാതെ ഞാൻ കിടന്നു. ആകാശം തെളിഞ്ഞുകഴിഞ്ഞിരുന്നു, ചന്ദ്രൻ സ്റ്റെപ്പിയിലാകമാനം വെള്ളിവെളിച്ചം വിതാനിച്ചിരുന്നു. ഇപ്പോൾ ആർക്കും ദൂരെ, ദൂരെ കാണാം.

പെട്ടെന്ന് ഞാൻ കണ്ടു.

"രദ്ധ ക്യാമ്പിൽനിന്ന് ഞങ്ങൾക്കരികിലേക്ക് വരികയാണ്."

"എനിക്ക് അതിയായ സന്തോഷം തോന്നി. "നന്നായി രദ്ധ." ധീരയായ കുഞ്ഞേ! ഞാൻ വിചാരിച്ചു. അവർ സോബാറിനടുത്തെത്തി. അയാളൊന്നും കേൾക്കുന്നുണ്ടായിരുന്നില്ല. കൈ അയാളുടെ ചുമലിൽ വെച്ചു. ഞെട്ടി, കൈകൾനിവർത്തി, ശിരസ്സുയർത്തി. പെട്ടന്നവൻ നിന്നു, കത്തിയെടുത്തു. ദൈവമേ, അയാളവളെ കൊല്ലും, ഞാനാലോചിച്ചു. ചാടിയെഴുന്നേറ്റ് അവൾക്കു മുന്നറിയിപ്പ് നല്കാൻ തുടങ്ങുമ്പോഴേക്ക് ഞാൻ കേട്ടു.

'അത് താഴെയിട്. അല്ലെങ്കിൽ നിന്റെ തല ഞാനെടുക്കും' ഞാൻ നോക്കി. രദ്ധയാണ്, കൈയിലൊരു പിസ്റ്റൽ, അത് ലൊയ്കോവിന് നേരെ ചൂണ്ടിയിരിക്കുന്നു. ചെകുത്താന്റെ മകൾ തന്നെ, അവൾ, ആ കുട്ടീ. ഹും. രണ്ടുപേരും തനിക്ക് താൻ പോന്നവർ. ഞാനാലോചിച്ചു. ഇനിയെന്താണാവോ നടക്കുക?

"ഞാൻ നിന്നെ കൊല്ലാൻ വന്നതല്ല. സമാധാനത്തിന് വന്നതാണ്.' രദ്ധ പറഞ്ഞു. പിസ്റ്റൾ അവളുടെ ബെൽറ്റിൽ വെച്ചു. 'ആ കത്തി മാറ്റ്' അവൾ പറഞ്ഞു. അയാളതു മാറ്റി. ജ്വലിക്കുന്ന കണ്ണുകളോടെ അവളെ നോക്കി. എന്തൊരു കാഴ്ചയായിരുന്നു അത്. രോഷാകുലരായ മൃഗങ്ങളെപ്പോലെ ഇരുവരും അന്യോന്യം നോക്കിനില്ക്കുന്നു. രണ്ടുപേർ, അഴകുറ്റവർ, ധീരർ! ഞാൻ, തെളിഞ്ഞ ചന്ദ്രനുമല്ലാതെ മറ്റാരുമവരെ കണ്ടില്ല.

'കേൾക്ക് സോബാർ, ഞാൻ നിന്നെ സ്നേഹിക്കുന്നു.' രദ്ധ പറഞ്ഞു. അയാളൊന്നും ചെയ്തില്ല. കൈകാലുകൾ ബന്ധിക്കപ്പെട്ടൊരാളെപ്പോലെ ചുമൽ അനക്കുക മാത്രം ചെയ്തു.'

അനേകം പുരുഷന്മാരെ ഞാൻ കണ്ടിട്ടുണ്ട്. അവരിൽ നീയാണ് ഏറ്റവും ധീരൻ, സുമുഖൻ. ഞാൻ ആവശ്യപ്പെട്ടാൽ മറ്റാരായാലും മീശ വടിക്കുമായിരുന്നു; എന്റെ കാല്ക്കൽ വീഴുമായിരുന്നു. എന്തിന് അവരാരും ധീരന്മാരായിരുന്നില്ല, എന്നോടൊപ്പം അവർ പെൺകോന്തന്മാരായിപ്പോകുമായിരുന്നു. ധീരരായ ജിപ്സികൾ കുറവാണ് സോബാർ. വളരെ വളരെ കുറവ്. എന്നിട്ടും ഞാനാരെയും സ്നേഹിച്ചില്ല. പക്ഷേ, ഞാൻ നിന്നെ സ്നേഹിക്കുന്നു. എന്റെ സ്വാതന്ത്ര്യത്തെയും ഞാൻ സ്നേഹിക്കുന്നു. നിന്നെ സ്നേഹിക്കുന്നതിലും അധികം എന്റെ സ്വാതന്ത്ര്യത്തെ ഞാൻ സ്നേഹിക്കുന്നു. നിന്നെക്കൂടാതെ എനിക്ക് ജീവിക്കാനാവില്ല എന്നെക്കൂടാതെ നിനക്കും. നീയെന്റേതാവണം. ആത്മാവുകൊണ്ടും ശരീരംകൊണ്ടും. കേൾക്കുന്നുണ്ടോ?

സോബാർ ഒന്നു ചിരിച്ചു. "ഞാൻ കേൾക്കുന്നു" അയാൾ പറഞ്ഞു: നീ പറയുന്നതു കേൾക്കാൻ എനിക്കു സന്തോഷമുണ്ട്. പറഞ്ഞോളൂ.'

'ഇതേ എനിക്കു പറയാനുള്ളൂ സോബാർ; നിനക്ക് വേണ്ടത് നീ ചെയ്യുക, നിന്നെ എനിക്കു വേണം, നീ നിശ്ചയമായും എന്റേതാണ്. നീ സമയം കളയേണ്ട. എന്റെ ചുംബനങ്ങളും തലോടലുകളും നിന്നെ കാത്തിരിക്കുകയാണ്. ഞാൻ നിന്നെ വികാരപൂർവ്വം ചുംബിക്കാം. സോബാർ, എന്റെ ചുംബനത്തിന്റെ മാധുര്യത്തിൽ ഭൂതകാല ജീവിതം നീ മറക്കും. ജിപ്സികൾക്കേറെ ഇഷ്ടമായ നിന്റെയാ ധീരഗാനങ്ങൾ പിന്നെ സ്റ്റെപ്പിയിൽ പ്രതിധ്വനിക്കില്ല. നീയിനി മധുരമുള്ള പ്രണയഗാനങ്ങൾ എനിക്കുവേണ്ടി മാത്രം പാടും– ഈ രദ്ധയ്ക്കുവേണ്ടി. സമയം കളയണ്ട. ഇതു ഞാൻ പറയുന്നു. നാളെ മുതൽ നീ സമർപ്പണ ബുദ്ധിയിൽ എന്നെ സേവിക്കും, മുതിർന്ന ഒരു സഖാവിനെ ഒരു യുവാവ് സേവിക്കുന്നതുപോലെ. ക്യാമ്പിന്റെ മുമ്പിൽ എല്ലാവരും കാൺകെ നീ എന്റെ

കാല്ക്കൽ കുനിയും. എന്റെയീ വലതുകൈ ചുംബിക്കും; അപ്പോൾ മാത്രമേ ഞാൻ നിന്റെ ഭാര്യയാകൂ.

"ഇതാണ് ആ ചെകുത്താൻകുട്ടിക്ക് വേണ്ടിയിരുന്നത്. അങ്ങനെയൊരു കാര്യം മുമ്പ് കേട്ടിട്ടില്ല. പുരാതന കാലത്ത് മോണ്ടിനീഗ്രോവിലെ ആൾക്കാർക്കിടയിൽ അങ്ങനെയൊരു ആചാരമുണ്ടായിരുന്നതായി വയസ്സുള്ളവർ പറഞ്ഞു കേട്ടിട്ടുണ്ട്. ജിപ്സികൾക്കിടയിൽ അതൊരിക്കലും ഉണ്ടായിരുന്നില്ല. ഇതിനേക്കാൾ ധിക്കാരപരമായി എന്തെങ്കിലും ഉണ്ടോ, ചെറുപ്പക്കാരാ? ഒരുകൊല്ലം മുഴുവൻ തലച്ചോറു കുടഞ്ഞാലും ഉണ്ടാവുകയില്ല.

"സോബാർ തിരിഞ്ഞുനോക്കി, അയാൾ അലറിക്കരഞ്ഞു, സ്റ്റെപ്പിയിൽ അതു മുഴങ്ങി. അപായകരമായി മുറിവേറ്റ ഒരാളുടെ വിലാപം. രദ്ധ ഞെട്ടിപ്പോയി. പക്ഷേ, അവളുടെ വികാരത്തെ മറച്ചുവെച്ചില്ല."

"ഗുഡ്ബൈ നാളെവരെ. നാളെ ഞാൻ പറഞ്ഞത്. നീ ചെയ്യുക. കേൾക്കുന്നുണ്ടോ സോബാർ?"

'ഞാൻ കേൾക്കുന്നു. ഞാനത് ചെയ്യാം. സോബാർ വിലപിച്ചു, കൈ അവൾക്കുനേരെ നീട്ടി. പക്ഷേ, അവനെ നോക്കാതെ അവൾ നടന്നുപോയി. കാറ്റിലൊടിഞ്ഞ മരംപോലെ അയാൾ ചാഞ്ഞു, നിലത്തുവീണു, വിതുമ്പിക്കൊണ്ട്, ചിരിച്ചുകൊണ്ട്.'

"അതാണ് അവൾ അയാളോടും ചെയ്തത്, ശപിക്കപ്പെട്ട രദ്ധ. അയാൾക്ക് സ്വബോധം നല്കാൻ എനിക്കു കഴിഞ്ഞില്ല."

എന്തുകൊണ്ടാണ് ആളുകൾ ഇങ്ങനെ ദുഃഖിക്കേണ്ടിവരുന്നത്. ഹൃദയത്തിന് മുറിവേറ്റൊരാളുടെ വിലാപങ്ങൾ കേൾക്കുന്നതിൽ ആർക്കെങ്കിലും സന്തോഷമുണ്ടാവുമോ? കഷ്ടം, വല്ലാത്തൊരതിശയമാണത്.

"ഞാൻ ക്യാമ്പിലേക്ക് തിരിച്ചുപോയി. മുതിർന്നവരോട് നടന്നതെല്ലാം പറഞ്ഞു. ഞങ്ങളതിനെപ്പറ്റി ആലോചിച്ചു. എന്ത് നടക്കുമെന്ന് കാത്തിരുന്നു കാണാൻ നിശ്ചയിച്ചു. ഇതാണ് നടന്നത്. വൈകുന്നേരം സാധാരണപോലെ സോബാർ ഞങ്ങളോടൊപ്പം ചേർന്നു. അയാളാകെ തളർന്നിരുന്നു. ആ രാത്രിയിൽ അയാളാകെ കലങ്ങിയിരുന്നു. അയാളുടെ കണ്ണുകൾ കുഴിഞ്ഞാണ്ടിരുന്നു, അയാൾ കണ്ണുകൾ നിലത്തുതന്നെ ഊന്നി. ഒരിക്കലും മേലോട്ടുയർത്തിയില്ല. അയാൾ പറഞ്ഞു:

'ഇതാണ് സംഭവിച്ചത്, ചങ്ങാതിമാരേ. ഇന്നുരാത്രി ഞാനെന്റെ ഹൃദയത്തിൽ അന്വേഷിച്ചു. സ്വാതന്ത്ര്യകാംക്ഷിയായ എന്റെ ജീവിതത്തിനവിടെ സ്ഥാനമില്ലെന്നറിഞ്ഞു. അതിന്റെ ഓരോ മുക്കും മൂലയും രദ്ധ കൈവശപ്പെടുത്തിയിരിക്കുകയാണ്. അവിടെയുണ്ട് രദ്ധ. സുന്ദരിയായ രദ്ധ, വിചിത്രമായി പുഞ്ചിരിച്ചുകൊണ്ട്. എന്നെ സ്നേഹിക്കുന്നതിനേക്കാൾ അവൾ സ്വാതന്ത്ര്യത്തെ സ്നേഹിക്കുന്നു. ഞാനോ സ്വാതന്ത്ര്യത്തേക്കാൾ അവളെ സ്നേഹിക്കുന്നു. അതുകൊണ്ട് അവളുടെ ആജ്ഞപോലെ അവൾക്ക് മുമ്പിൽ തലകുനിക്കാൻ ഞാൻ നിശ്ചയിച്ചിരിക്കുന്നു. ധീരനായ ലൊയ്കോ സോബിതിനെ അവളുടെ അഴക് എങ്ങനെ കീഴ്പ്പെ

ടുത്തിയെന്ന് എല്ലാവരും കാണുക. അവളെ കാണുന്നതിനുമുമ്പ് പൂച്ച എലികളോടെന്നപോലെ സ്ത്രീകളോട് ക്രീഡിച്ച ലൊയ്കോ സോബാർ അവളെന്റെ ഭാര്യയാകും. എന്നെ ചുംബിക്കും, തലോടും; പിന്നെ പാട്ടു പാടാനെനിക്ക് ആശയുണ്ടാവില്ല. സ്വാതന്ത്ര്യ നഷ്ടത്തെപ്പറ്റി ഞാൻ വില പിക്കുകയില്ല. അങ്ങനെയല്ലേ വേണ്ടത് രദ്ധ. അയാൾ കണ്ണുകളുയർത്തി അവൾക്കു നേരെനോക്കി. ഒരുവാക്ക് പറയാതെ അവൾ തലയാട്ടി. തന്റെ മുന്നിലെ മണ്ണ് ചൂണ്ടിക്കാണിച്ചു. ഇതെങ്ങനെ നടന്നുവെന്ന് നമുക്കാർക്കും ഭാവന ചെയ്യാൻ കഴിയില്ല. ലൊയ്കോ സോബാർ ഒരു പെണ്ണിന്റെ മുമ്പിൽ മുട്ടുകുത്തുന്നത് കാണാതിരിക്കാൻ വേണ്ടി എണീറ്റുപോകണ മെന്ന് ഞങ്ങളിൽ പലർക്കും തോന്നി, ആ പെണ്ണ് രദ്ധയായാൽപ്പോലും, അതിൽ അപമാനകരമായി എന്തോ ഉണ്ട്. ദുഃഖകരമായി എന്തോ ഉണ്ട്.

“ശരി”രദ്ധ സോബാറിനോട് അലറി.

“ധൃതി പിടിക്കല്ലേ. ഇനിയും ധാരാളം സമയമുണ്ട്—എന്നെക്കൊണ്ട് ക്ഷീണിതയാവാൻ വേണ്ട സമയമുണ്ട്. സോബാർ ചരിച്ചു. ആ ചിരിക്ക് ഉരുക്കിന്റെ ശക്തിയുണ്ടായിരുന്നു.”

‘അപ്പോൾ അതാണ് സ്ഥിതി, ചങ്ങാതിമാരേ, ഇനി എനിക്കെന്തുണ്ട് ചെയ്യാൻ, ഒരൊറ്റക്കാര്യം മാത്രം. നമ്മളൊക്കെ കരുതുന്നതുപോലെ രദ്ധ യുടെ മനസ്സ് അത്രമേൽ ശക്തമാണോ എന്നറിയണം, അല്ലേ? അതൊന്നു പരീക്ഷിക്കാം. ക്ഷമിക്കുക.’

അയാളെന്താണ് ചെയ്യാൻ പോകുന്നതെന്ന് ഊഹിക്കാൻ കഴിയു ന്നതിന് മുമ്പ് രദ്ധ അതാ മണ്ണിൽ കിടക്കുന്നു, സോബാറിന്റെ കത്തി പിടിവരെ അവളുടെ മാറിൽ തറച്ചു കയറിയിട്ടുണ്ട്. ഞങ്ങൾ തരിച്ചു നിന്നു പോയി.

പക്ഷേ, രദ്ധ കത്തി വലിച്ചെടുത്തു. അതൊരു വശത്തേക്കെറിഞ്ഞു. അവളുടെ ഒരു ചുരുൾമുടിയെടുത്ത് മുറിവിൽ വെച്ചു. എന്നിട്ട് മന്ദഹ സിച്ചു. ഉറച്ച വ്യക്തമായ ശബ്ദത്തിൽ പറഞ്ഞു:

‘വിട സോബാർ. നീയിതു ചെയ്യുമെന്ന് എനിക്കറിയാമായിരുന്നു.’ അവൾ മരിച്ചു.

“ആ പെൺകൊച്ച് എന്തായിരുന്നുവെന്ന് കണ്ടോ നീ ചെറുപ്പക്കാരാ? ഒരു പിശാചിന്റെ കുട്ടി.. ദൈവമേ, ദൈവമേ.”

‘ഇനി ഞാൻ നിന്റെ കാലിൽ വീഴാം, എന്റെ അഭിമാനിയായ രാജ്ഞീ’ സോബാർ പറഞ്ഞു. അവന്റെ ശബ്ദം സ്റ്റെപ്പിയിൽ മാറ്റൊലി കൊണ്ടു. അയാൾ നിലത്തുവീണു, മരിച്ച രദ്ധയുടെ കാലിൽ അവന്റെ ചുണ്ടുകളമർത്തി, ചലനമറ്റവിടെ കിടന്നു. ഞങ്ങൾ തലതാഴ്ത്തി, നിശ്ശ ബ്ദരായിനിന്നു.

ഇത്തരമൊരു നിമിഷത്തിൽ എന്താണ് പറയാനാവുക? ഒന്നുമില്ല. നൂർ മന്ത്രിച്ചു. ‘അയാളെ പിടിച്ചുകെട്ടുക,’ പക്ഷേ, ലൊയ്കോ സോബാ റിനെ കെട്ടാൻ ഒരു കൈയും ഉയരുമായിരുന്നില്ല; നൂറിന് അതറിയാമാ യിരുന്നു. അയാൾ തിരിഞ്ഞു നടന്നുപോയി. രദ്ധ എറിഞ്ഞു കളഞ്ഞ

കത്തി ഡാനിലോ എടുത്തു; കുറേനേരം അതുതന്നെ നോക്കിനിന്നു, അപ്പോഴയാൾ തന്റെ നരച്ച മീശ പിരിക്കുന്നുണ്ടായിരുന്നു; അപ്പോഴും രദ്ധയുടെ ചോര കത്തിത്തലപ്പിലുണ്ടായിരുന്നു. വളഞ്ഞു മൂർച്ചയുള്ളൊരു കത്തിയായിരുന്നു അത്. പിന്നെ ഡാനിലോ സോബാറിനു നേരെ ചെന്നു കത്തി അയാളുടെ പിന്നിലൂടെ ഹൃദയഭാഗത്തേക്ക് കുത്തിത്താഴ്ത്തി. എന്തായാലും അയാൾ രദ്ധയുടെ അച്ഛനല്ലേ? ആ പഴയ പോരാളി, ഡാനിലോ.

"അങ്ങ് അതു ചെയ്തു." ഡാനിലോവിന്റെ നേരെ തിരിഞ്ഞ്, ലൊയ്കോ വ്യക്തമായി പറഞ്ഞു. പിന്നെ അയാൾ രദ്ധയോടൊപ്പം ചേർന്നു."

ഞങ്ങളവരെ നോക്കി നിന്നു. അവിടെ രദ്ധ കിടക്കുന്നുണ്ട്, തന്റെ കേശം മാറിടത്തിലമർത്തിക്കൊണ്ട്, തുറന്നുപിടിച്ച കണ്ണുകൾ നീലാകാശത്തേക്ക് ഉയർത്തിക്കൊണ്ട്. അവളുടെ കാൽക്കീഴിൽ ധീരനായ ലൊയ്കോ സോബാർ കിടക്കുകയാണ്. അയാളുടെ ചുരുണ്ട മുടി മുഖത്തു പരന്നു ആ മുഖം ഞങ്ങളിൽനിന്നു മറച്ചു.

'അല്പസമയം ചിന്താക്ലാന്തരായി ഞങ്ങളവിടെ നിന്നു. ഡാനിലോവിന്റെ മീശ വിറയ്ക്കുന്നുണ്ടായിരുന്നു, തടിച്ച കൺപോളകൾ താണിരുന്നു. അയാൾ ആകാശത്തേക്കു നോക്കി, ഒരുവാക്കും പറയാതെനിന്നു. മുടി നീട്ടി വളർത്തിയ നൂർ നിലത്തുവീണുരുളുകയായിരുന്നു, അയാൾ തേങ്ങുന്നുണ്ടായിരുന്നു.

"കരയാൻ ശരിക്കും കാരണമുണ്ടായിരുന്നു, കുട്ടിക്കഴുകാ."

മകാർ സംസാരം നിർത്തി, പൈപ്പ് പുകയിലസ്സഞ്ചിയിൽ വെച്ചു, കോട്ട് നെഞ്ചത്തേക്ക് വലിച്ചിട്ടു. നല്ല മഴ തുടങ്ങി, കാറ്റ് കൂടുതൽ ശക്തമായി, തിരമാലകൾ രോഷകുലമായി ആഞ്ഞടിച്ചുകൊണ്ടിരുന്നു. കുതിരകൾ ഓരോന്നായി കെടാൻ തുടങ്ങിയ തീയ്ക്കരികിൽ വന്നു, അവയുടെ ബുദ്ധിയുള്ള വലിയ കണ്ണുകളാൽ ഞങ്ങളെ നോക്കി, ഞങ്ങൾക്കു ചുറ്റും വട്ടം ചുറ്റിനിന്നു.

"ഹി ഹി" മകാർ അവയെ വാത്സല്യപൂർവ്വം വിളിച്ചു. തന്റെ പ്രിയപ്പെട്ട അശ്വത്തിന്റെ കഴുത്തിൽ തലോടി. പിന്നെ എന്നോട് പറഞ്ഞു: "ഉറങ്ങാൻ സമയമായി. തന്റെ കഫ്തനിൽ തലതൊട്ട് കാലുവരെ പൊതിഞ്ഞ് അയാൾ നിലത്ത് നിശ്ചലനായി കിടന്നു."

ഉറങ്ങാനെനിക്ക് താല്പര്യമുണ്ടായിരുന്നില്ല. സ്റ്റെപ്പിയുടെ ഇരുട്ടിലേക്ക് നോക്കി ഞാനിരുന്നു. എന്റെ കൺമുന്നിൽ രദ്ധയുടെ ചിത്രം തെളിഞ്ഞു, അഭിമാനിയായ രാജ്ഞി തുല്യയായ, സുന്ദരിയായ രദ്ധ. അവൾ കൈ മാറിടത്തിലമർത്തുന്നുണ്ടായിരുന്നു, അവളുടെ കൊലുന്നനെയുള്ള വിരലുകൾക്കിടയിലൂടെ ചോരത്തുള്ളികൾ ഇറ്റു വീഴുന്നുണ്ടായിരുന്നു. നിലത്തുവീഴുമ്പോൾ അവ ഭീകരനക്ഷത്രങ്ങളായി മാറി.

അവൾക്കു പിന്നിൽ ലൊയ്കോ സോബാറിന്റെ ധീരരൂപമുണ്ടായിരുന്നു. ചുരുണ്ട മുടി പരന്ന് അവന്റെ മുഖം മറച്ചിരുന്നു. മുടിക്കൂമ്പാര

ത്തിനിടയിൽ വലിയ, തണുത്ത കണ്ണുനീർത്തുള്ളികൾ ഉരുണ്ടു കൂടിയിരുന്നു.

മഴ വർദ്ധിച്ചു, അഴകുള്ള ആ രണ്ട് ജിപ്സികൾക്കുവേണ്ടി—ലൊയ്കോ സോബാറിനും രദ്ധയ്ക്കും വേണ്ടി—പഴയ പോരാളിയായ ഡാനിലോയുടെ മകൾക്കുവേണ്ടി കടൽ പവിത്രമായൊരു വിലാപഗാനം പാടി.

അവർ രണ്ടുപേരും ശബ്ദമില്ലാതെ, ഗാംഭീര്യത്തോടെ, നിശയുടെ അന്ധകാരത്തിൽ കറങ്ങിക്കൊണ്ടിരുന്നു. ഈ ഭ്രമണത്തിൽ ധീരനായ, സുന്ദരനായ സോബാറിന് അഭിമാനിയായ രദ്ധയെ പരാജയപ്പെടുത്താൻ കഴിഞ്ഞില്ല..

കഴുകന്റെ പാട്ട്

അവസാനമില്ലാതെ പരന്നു കിടക്കുന്ന കടൽ. അത് കടൽത്തീരത്തെ അലസമായി പൊതിഞ്ഞിരുന്നു; അനന്തവിശാലതയിൽ നിശ്ചലമായി ഉറങ്ങുകയായിരുന്നു. കടൽ നീലനിലാവിൽ മുങ്ങിയിരുന്നു. മൃദുലവും രജതാഭവുമായിരുന്നു, കടൽ ദക്ഷിണാകാശത്തിന്റെ നീലിമയിൽ കടൽ വിലയം പ്രാപിച്ചു. മേഘമാലകൾ രോമക്കെട്ടുകൾപോലെ പാറി നടന്നു. കടലിൽ അവയുടെ രൂപം പ്രതിബിംബിച്ചു. മേഘങ്ങൾക്ക് നക്ഷത്രങ്ങളെ ഒളിക്കാൻ കഴിഞ്ഞില്ല, മൂടി വയ്ക്കാനേ കഴിഞ്ഞുള്ളു. ആകാശം ഭൂമിയിലേക്ക് കുനിഞ്ഞിറങ്ങി. തീരം കഴുകുന്ന തിരമാലകൾ അന്യോന്യം എന്തുപറയുന്നു എന്നറിയുവാനായിരിക്കണം.

മലകളെ കാറ്റിലുലയുന്ന വൃക്ഷങ്ങൾ മൂടിയിരുന്നു; മലകൾ പരുക്കൻ വക്കുകളുള്ള കൊടുമുടികളെ മുകളിലെ നീലനിശ്ശൂന്യതയിൽ ചുഴറ്റി. ദക്ഷിണ രാത്രിയുടെ ഊഷ്മളവും സ്നേഹപൂർണ്ണവുമായ തലോടലിൽ അവയുടെ പരുപരുത്ത അരികുകൾ മൃദുലമായിത്തീർന്നു.

പർവ്വതങ്ങൾ പ്രശാന്തമായ ധ്യാനത്തിലായിരുന്നു. ഇരച്ചുകയറുന്ന പച്ചത്തിരമാലകൾക്കുമേൽ പുതപ്പിക്കുന്ന ഉടയാടകൾപോലെ പർവ്വത നിഴലുകൾ നിന്നു. അവയ്ക്ക് വേലിയേറ്റത്തെ തടയണമെന്നും ജലഭംഗത്തെയും നുരച്ചുയരുന്ന പതയുടെ നിശ്വാസത്തെയും നിശ്ശബ്ദമാക്കണമെന്നുമുണ്ടാവാം. എല്ലാ ശബ്ദങ്ങളെയും നിശ്ശബ്ദമാക്കണമെന്നുണ്ടാവാം. കൊടുമുടികൾക്കു പിന്നിൽനിന്ന് നിലാവിന്റെ രജത നീല പ്രകാശം ഇനിയും പ്രത്യക്ഷപ്പെട്ടിരുന്നില്ല.

"അല്ലാഹു അക്ബർ!" നാദിർ റഹിം ഓഗ്ലിയുടെ ചുണ്ടുകളിൽനിന്ന് പതിയെ ഉയർന്നു. വൃദ്ധനായ ഒരു ക്രിമിയൻ ഇടയനായിരുന്നു അയാൾ; നീണ്ട്, നരച്ച്, ദക്ഷിണ സൂര്യനിൽ പതംവന്ന ബുദ്ധിമാനായ വൃദ്ധൻ.

അയാളും ഞാനും പൂഴിയിൽ കിടക്കുകയായിരുന്നു; നിഴലുകൾ തുന്നിച്ചേർത്ത വലിയൊരു പാറയ്ക്കരികിലായിരുന്നു അത്; അതിന്മേൽ നിറയെ പൂപ്പായിരുന്നു. ഒരു മഹാ പർവ്വതത്തിൽ നിന്നടർന്നുപോയ ദുഃഖാകുലമായ ഒരു പാറയായിരുന്നു അത്. അതിന്റെ ഒരുഭാഗം നിറയെ കടൽ ചെടികളും ജലലതകളുമായിരുന്നു; കടലിനും പർവ്വതത്തിനുമിടയിലെ ചെറിയ മണൽത്തിട്ടയുമായി അവ പാറയെ ബന്ധിപ്പിക്കുകയാണെന്നു തോന്നും. ഞങ്ങളുടെ ക്യാമ്പ് ഫയറിന്റെ ജ്വാലകൾ തീരത്തെ പ്രകാശമാനമാക്കി. അവയുടെ മിന്നാട്ടത്തിൽ തീരത്തിന്റെ പഴയ ഉപരിതലത്തിൽ നിഴലുകൾ നിറഞ്ഞു; ഈ നിഴലുകൾക്കിടയിൽ അനേകം വിള്ളലുകൾ കാണാമായിരുന്നു.

അപ്പോൾ പിടിച്ചുകൊണ്ടുവന്ന കുഞ്ഞു മത്സ്യം വേവിക്കുകയായിരുന്നു റഹീമും ഞാനും. നല്ലൊരു മാനസികാവസ്ഥയിലായിരുന്നു, ഞങ്ങൾ രണ്ടുപേരും; എല്ലാ കാര്യങ്ങളും സുതാര്യമാണെന്നും, സുഗ്രാഹ്യമാണെന്നും പ്രചോദിതമാണെന്നും ഞങ്ങൾക്കുതോന്നി. ഞങ്ങളുടെ ഹൃദയത്തിന് നല്ല ലാഘവമായിരുന്നു, അവ നിഷ്കളങ്കമായിരുന്നു; ഇവിടെ കിടന്നു സ്വപ്നം കണ്ടാൽ മതിയായിരുന്നു ഞങ്ങൾക്ക്.

കടൽത്തീരത്തെ പൊതിഞ്ഞ തിരകളുടെ ശബ്ദം ആർദ്രമായിരുന്നു. ഞങ്ങളുടെ തീക്കരികിൽവന്ന് തീ കായാനനുവദിക്കണമെന്നവ അപേക്ഷിക്കുകയാണെന്നു തോന്നും. ഇടയ്ക്കിടെ, കടൽഭംഗത്തിന്റെ ഒറ്റപ്പെട്ട നാദങ്ങൾപോലും കൂടുതൽ ആനന്ദകരമായ ഒരു ശബ്ദത്തിൽ കേൾക്കാനാവും. ധീരമായ ഒരു തിരവന്ന് ഞങ്ങളുടെ കാലടികളിൽ ഇഴഞ്ഞു കയറിയതാവാം.

റഹിം കടലിനെ നോക്കിക്കിടന്നു. അയാളുടെ ചുമലുകൾ പൂഴിയിൽ പൂണ്ടിരുന്നു, ശിരസ്സ് അയാളുടെ കൈകളിലായിരുന്നു, നിഴൽ നിറഞ്ഞ വിദൂരതയിൽ അയാൾ ചിന്താപൂർവ്വം നോക്കിക്കൊണ്ടിരുന്നു. അയാൾ ധരിച്ച ആട്ടിൻതോലുകൊണ്ടുള്ള തൊപ്പി തലയ്ക്കു പിറകിൽ വീണുകിടന്നു. അയാളുടെ ചുളിവുകൾ വീണ ഉയർന്ന നെറ്റിത്തടത്തിൽ പുതിയൊരു കടൽക്കാറ്റ് തഴുകി. ഞാൻ ശ്രദ്ധിക്കുന്നുണ്ടോ ഇല്ലയോ എന്നു നോക്കാതെ അയാൾ ദാർശനിക നിരീക്ഷണങ്ങൾ നടത്തിക്കൊണ്ടിരുന്നു, താൻ കടലിനോടാണ് സംസാരിക്കുന്നതെന്ന മട്ടിൽ.

“വിശ്വസ്തതയോടെ ദൈവത്തെ സേവിക്കുന്നവൻ സ്വർഗ്ഗത്തിലാണ് പോവുക. ദൈവത്തെയോ പ്രവാചകനെയോ സേവിക്കാത്തയാളോ? ഒരുപക്ഷേ, അയാൾ അവിടെ ആ നുരകളിലായിരിക്കണം. വെള്ളത്തിൽ കാണുന്ന ആ വെള്ളിക്കുത്തുകൾ അയാളാവണം. ആർക്കറിയാം?”

ഇരുണ്ട, നിശ്വസിക്കുന്ന കടൽ കൂടുതൽ പ്രകാശമാനമായി. നിലാച്ചീളുകൾ സമുദ്രോപരിതലത്തിൽ ശിഥിലമായി കിടന്നു. പരുപരുത്ത മലമുകളിൽനിന്ന് ചന്ദ്രൻ തെന്നിമാറിയിരുന്നു; ഒരു സ്വപ്നത്തിലെന്നപോലെ കടപ്പുറത്ത് അതിന്റെ പ്രകാശം പകർന്നുകൊണ്ടിരുന്നു; തങ്ങൾ

കിടക്കുന്നതിനടുത്തുള്ള പാറമേലും കടലിലും നിലാവെളിച്ചം പരന്നു.

"റഹിം, ഒരു കഥ പറഞ്ഞു തരിക," വൃദ്ധനോട് ഞാൻ പറഞ്ഞു:

"എന്തിന്?" തലതിരിക്കാതെ അയാൾ ചോദിച്ചു.

"ഓ, എനിക്ക് നിങ്ങളുടെ കഥകളിഷ്ടമായതുകൊണ്ട്."

"എല്ലാ കഥയും ഞാൻ പറഞ്ഞു കഴിഞ്ഞു. കൂടുതലൊന്നുമെനിക്കറിയില്ല."

അയാൾക്ക് പ്രലോഭനം ആവശ്യമായിരുന്നു. അതിനാൽ ഞാനയാളെ പ്രലോഭിപ്പിച്ചു.

"വേണെങ്കി, ഞാൻ പാടാം" , അയാൾ സമ്മതിച്ചു.

അയാളുടെ പഴയ പാട്ടുകൾ കേൾക്കുന്നതെനിക്കിഷ്ടമാണ്. അയാൾ തുടങ്ങി, ആ പാട്ടിന്റെ പ്രാചീന മാധുരി നഷ്ടപ്പെടാതിരിക്കാൻ ശ്രദ്ധിച്ചുകൊണ്ട്.

ഉയർന്ന പർവ്വതങ്ങളിൽ ഒരു പാമ്പ് ഇഴഞ്ഞു വന്നു. മഞ്ഞണിഞ്ഞ ഒരു പൊന്തക്കാട്ടിൽ അത് വിശ്രമിച്ചു; അവിടെനിന്ന് അയാൾ കടലിനെ നോക്കുകയായിരുന്നു. മുകളിലാകാശത്തിൽ സൂര്യൻ പ്രകാശിച്ചു. പർവ്വതങ്ങളുടെ ശ്വാസം ആകാശത്തിലേക്കുയർന്നു.

താഴെ തിരമാലകൾ പാറയിലടിച്ചു ചിതറി.

പൊന്തയിലൂടെ, ഇരുട്ടിലൂടെ, മൂടൽ മഞ്ഞിലൂടെ ഒരു പുഴ വേഗത്തിലൊഴുകി. കടലിലേക്കുള്ള വഴിയിൽ അത് കല്ലുകളെ ഇളക്കിമറിച്ചു.

നുരഞ്ഞ്, പതഞ്ഞ്, ശക്തവും ഉന്മത്തവുമായി അത് പാറയ്ക്കുള്ളിലൂടെ രോഷാകുലമായ അലർച്ചയോടെ കടലിലേക്കൊഴുകി.

പെട്ടെന്ന്, ചിറകിൽ ചോരയുമായി, മാറിടത്തിലൊരു മുറിവുമായി ഒരു കഴുകൻ ആകാശത്തിൽനിന്ന് കുറ്റിക്കാട്ടിൽ പതിച്ചു; പാമ്പ് ചുരുണ്ടു കിടക്കുന്ന പൊന്തക്കാട്ടിൽ.

നിലത്ത് വീണപ്പോൾ കഴുകൻ വേദനാപൂർവ്വം കരഞ്ഞു, നൈരാശ്യത്തോടെ ചിറക് പാറയിലടിച്ചുകൊണ്ട് കിടന്നു.

പാമ്പിന് ഭയമായി, അതൊഴിഞ്ഞുപോയി; പക്ഷേ, പെട്ടെന്നതിനുമനസ്സിലായി, ആ പക്ഷി അപകടത്തിലാണെന്ന്, ഒന്ന് രണ്ടു മിനിട്ട് കൊണ്ടത് മരിച്ചുപോവുമെന്ന്.

അത്- തിരിച്ചു, മുറിവേറ്റ പക്ഷിക്കരികിൽവന്നു, അതിന്റെ ചെവിയിലേക്ക് സീൽക്കരിച്ചു:

"അപ്പോൾ നീ മരിക്കാൻ പോവുന്നു?"

"അതെ, ഞാൻ പെട്ടെന്ന് മരിക്കും" , ഒരു നെടുവീർപ്പോടെ കഴുകൻ പറഞ്ഞു: "പക്ഷേ, ങ്ആ, ഞാൻ ജീവിച്ചു! ഞാൻ ആനന്ദം ആസ്വദിച്ചു, യുദ്ധം ചെയ്തു! ആകാശത്തിലേക്കു പറന്നുയർന്നു! നീ, പാവം പാമ്പേ, ഒരിക്കലും എന്നെപ്പോലെ ആകാശത്തിലേക്ക് പറക്കുകയില്ല!"

"ആകാശമോ? അതെന്താണ്? എന്ത്. ഒന്നുമല്ലത്. ആകാശത്തിൽ

ഇഴയാൻ പറ്റുമോ? ഈ പൊന്തക്കാടാണ് പിന്നെയും നല്ലത്. ഊഷ്മളവും നനവുള്ളതും."

പാമ്പ് ഇപ്രകാരം കഴുകനോട് പറഞ്ഞു: സ്വാതന്ത്ര്യപ്രേമിയായ കഴുകനോട്. കഴുകന്റെ ധീരവചനങ്ങളെപ്പറ്റി അത് മനസ്സിൽ ചിരിച്ചു.

അത് സ്വയം ആലോചിച്ചു: 'എന്താണൊരാൾ പറക്കുന്നതിലും ഇഴയുന്നതിലും കാര്യം? അന്ത്യം ഒന്നുതന്നെ; എല്ലാവരും മണ്ണിൽ കിടക്കുന്നു, അതെ, എല്ലാവരും മണ്ണിലേക്കു മടങ്ങണം.'

പെട്ടെന്ന് കഴുകൻ തന്റെ ശിരസ്സുയർത്തി, ഇരുണ്ട പൊന്തക്കാടിനെ ഒരു നോട്ടത്താലുഴിഞ്ഞു; പീഡിതമായ ഒരു നോട്ടത്താൽ.

പാറയിലെ വിള്ളലുകളിലൂടെ വെള്ളം ഒഴുകിവന്നു; പൊന്തക്കാടിലെ വായുവിൽ മരണവും നാശവും മണത്തു.

കഠിന പ്രയത്നത്തോടെ കഴുകൻ ശോകാകുലനായി കരഞ്ഞു, അഭിലാഷത്തോടെ പറഞ്ഞു:

"ങ് ആ, ആകാശത്തിലേക്ക് പറന്നുയരാൻ. ഒരിക്കൽക്കൂടി പറന്നുയരാൻ! ഞാനെന്റെ ശത്രുവിനെ പിടിക്കും. അവന്റെ ശിരസ്സ് എന്റെ നെഞ്ചിലമർത്തി തകർക്കും......എന്റെ ചോര കുടിക്കാൻ പ്രേരിപ്പിക്കും.... ഹാ! യുദ്ധത്തിന്റെ ആനന്ദം!"

പാമ്പ് ചിന്തിച്ചു: 'കഴുകൻ കരഞ്ഞതുപോലെ കരയാനാണെങ്കിൽ ആകാശത്തിൽ ജീവിക്കുന്നത് സന്തോഷം തന്നെയായിരിക്കും!'

സ്വാതന്ത്ര്യകാംക്ഷിയായ കഴുകനോട് പാമ്പ് പറഞ്ഞു: "ആ കൊക്കയുടെ അറ്റം വരെ ഇഴഞ്ഞുപോവുക, എന്നിട്ട് ചാടുക. അപ്പോഴും താങ്കളുടെ ചിറകുകൾ താങ്കളെ താങ്ങും, വീണ്ടും താങ്കൾ ആകാശത്തിലേക്ക് പറന്നുയരും."

കഴുകനു വിറയലുണ്ടായി. അത് അഭിമാനത്തോടെ കരഞ്ഞു, ചെരിവിൽ പിടിവള്ളിതേടിക്കൊണ്ട് കൊക്കയിലേക്കിഴഞ്ഞു.

അറ്റത്തെത്തവേ അത് ചിറകുവിരുത്തി, അഗാധമായി ശ്വാസംവലിച്ചു, കണ്ണിലൊരു പ്രകാശനാളത്തോടെ, ആകാശത്തിലേക്ക് പറന്നുയർന്നു.

പെട്ടെന്ന് തന്നെ ഒരു കല്ലുപോലെ അത് വീണു, അതിന്റെ തൂവലുകൾ ചിതറി, ചിറകുകൾ അറ്റുപോയി.

അതിനെ ഒരു തിരമാല പിടിച്ചു, രക്തം കഴുകി, നുരയിൽ പുതപ്പിച്ച് കടലിലേക്ക് കൊണ്ടുപോയി.

തിരമാലകളുടെ കരച്ചിൽ വിലാപപൂർവ്വം കൊക്കയ്ക്കുമേൽ മാറ്റൊലിക്കൊണ്ടു. ആ പക്ഷി പോയ്ക്കഴിഞ്ഞിരിക്കുന്നു...... കടലിന്റെ അനന്തവിസ്തൃതിയിൽ കാഴ്ചയിൽ നിന്നകന്ന്.....

ദീർഘകാലം പൊന്തക്കാടിൽ പക്ഷിയുടെ മരണത്തെപ്പറ്റി ഓർത്ത് ആകാശത്തോടുള്ള അതിന്റെ സ്നേഹമോർത്ത് പാമ്പ് ചുരുണ്ടുകിടന്നു.

അത് ആകാശത്തേക്കു നോക്കി. അവിടെ അസ്വസ്ഥമായ മനസ്സ്

ആനന്ദത്തിന്റെ വാഗ്ദാനം ദർശിക്കുന്നു.

"എന്താണത് കണ്ടത്, നിരാശ്രയമായ ആ കഴുകൻ, ആ ശൂന്യതയിൽ? അവസാനമില്ലാത്ത ശൂന്യതയിൽ! പറന്നുയരാനുള്ള അഭിലാഷത്തോടെ എന്തിനാണീ പക്ഷികൾ മറ്റുള്ളവരുടെ സമാധാനം കവർന്നെടുക്കുന്നത്? ഒരൊറ്റ പറക്കൽ കൊണ്ട്, വളരെ ചെറിയ ഒരു പറക്കൽകൊണ്ട് ഇതെല്ലാം എനിക്ക് പഠിക്കാൻ കഴിയും."

അങ്ങനെ പറഞ്ഞ്, അത് ചുരുണ്ടുമുറുകി, അന്തരീക്ഷത്തിലേക്ക് ചാടി, സൂര്യനിൽ കറുത്ത ഒരു പ്രകാശരേഖയായി മാറി.

പക്ഷേ, ഇഴയാൻ പിറന്ന ജീവികൾക്ക് ഒരിക്കലും പറക്കാനാവില്ല. താഴെ പാറകൾക്കുമേൽ പാമ്പ് വീണു. പക്ഷേ, മരണത്തിലേക്കല്ല അത് പതിച്ചത്. അത് ചിരിച്ചു എന്നിട്ടു പറഞ്ഞു:

"അപ്പോൾ ഇതാണ് പറക്കലിന്റെ ആനന്ദം: വീഴ്ചയുടെ ആനന്ദം! ഹാ! വിഡ്ഢിപ്പക്ഷികൾ! ഭൂമിയിലവർ അസന്തുഷ്ടർ, കാരണം ഭൂമിയെ അവർക്കറിയില്ല. അതുകൊണ്ടവർ ആകാശത്തിലേക്ക് കയറുന്നു, അതിന്റെ പ്രവിശ്യാതലങ്ങളിൽ ജീവിക്കുന്നു. പക്ഷേ, എന്താണീയാകാശം? വെറുമൊരു ശൂന്യത. സമൃദ്ധമായ പ്രകാശധാര, പക്ഷേ, ശരീരം നിലനിർത്താനൊന്നുമില്ല. എന്നിട്ടും, എന്തിനാണിത്ര അഹങ്കാരം? എന്തിനാണിത്ര പുച്ഛം? അവജ്ഞ? ലോകത്തുനിന്ന് അവരുടെ ഉന്മത്തമായ അഭിലാഷങ്ങൾ മറച്ചുവെക്കാൻ, ജീവിതവുമായി ഒത്തുപോവുന്നതിലുള്ള പരാജയം മറച്ചുവയ്ക്കാൻ? വിഡ്ഢിപ്പക്ഷികൾ! ഇനിയൊരിക്കലും നിങ്ങളുടെ വാക്കുകൾ എന്നെ ചതിക്കുകയില്ല... കാരണം, ഇപ്പോൾ എനിക്കെല്ലാമറിയാം, ഞാൻ ആകാശം കണ്ടു കഴിഞ്ഞു. ഞാനവിടെയുണ്ടായിരുന്നു, അവിടം പര്യവേക്ഷണം നടത്തിയിരുന്നു; ആകാശത്ത് നിന്ന് ഞാൻ വീണിരുന്നു, മരണത്തിലേക്കായിരുന്നില്ലെങ്കിലും. എന്നിലുള്ള എന്റെ വിശ്വാസം കൂടുതൽ ശക്തമായിരിക്കുന്നു. ഭൂമിയെ സ്നേഹിക്കാത്തവർ അവരുടെ മിഥ്യാബോധത്തോടെ ജീവിച്ചുകൊള്ളട്ടെ. ഞാൻ സത്യം കണ്ടെത്തിയിരിക്കുന്നു. ഇനി ഞാനൊരിക്കലും പക്ഷികളുടെ വെല്ലുവിളി സ്വീകരിക്കുകയില്ല. ഞാൻ ഭൂമിയിൽ ജനിച്ചു, ഞാൻ ഭൂമിയുടെ ഭാഗമാണ്."

അങ്ങനെ പറഞ്ഞ്, അത് ഒരു ശിലയിൽ ചുരുണ്ട്, അഭിമാനത്തോടെ, അഹങ്കാരത്തോടെ.

കടൽ തിളങ്ങുന്നുണ്ടായിരുന്നു, പ്രകാശത്തിന്റെ വിസ്മയം; തിരമാലകൾ ശക്തമായി കടൽത്തീരത്തെ പ്രഹരിച്ചു.

അവയുടെ സിംഹഗർജ്ജനത്തിൽ, കഴുകന്റെ പാട്ട് മുഴങ്ങുകയായിരുന്നു. കടലിന്റെ ആഘാതങ്ങളിൽ പാറകൾ വിറച്ചു; ഗാനത്തിന്റെ സ്വരങ്ങളിൽ ആകാശം കിടിലം കൊണ്ടു.

"ധീരതയുടെ ഉന്മാദത്തിനായി
ഞങ്ങളൊരു ഗാനമാലപിക്കുന്നു!

ധീരതയുടെ ഉന്മത്തതയാണ്
ജീവിതത്തിന്റെ വിവേകം.
അല്ലയോ കഴുകാ, തകരാത്ത, തളരാത്ത കഴുകാ,
ശത്രുവിനോടുള്ള യുദ്ധത്തിൽ
നീ അമൂല്യമായ രക്തം ചൊരിഞ്ഞു
പക്ഷേ, ഇനിയും സമയം വരും
ജീവിതത്തിന്റെ ഗ്ലാറിയിൽ നിന്റെ ചോരത്തുള്ളികൾ തിളങ്ങും.
ധീര ഹൃദയങ്ങളെ
സ്വാതന്ത്ര്യപ്രേമത്താൽ
പ്രകാശാഭിനിവേശത്താൽ
ആവേശഭരിതമാക്കും.
നീ നിന്റെ ഹൃദയം കൊണ്ടാണ് വില നല്കിയത്.
പക്ഷേ, നീ ധീരരുടെ ഗാനങ്ങളിൽ ജീവിക്കും
സ്വാതന്ത്ര്യത്തിനും വെളിച്ചത്തിനുംവേണ്ടി പൊരുതാനുള്ള
അഭിമാനകരമായ വെല്ലുവിളി
ധീരതയുടെ ഉന്മാദത്തിനായി
ഞങ്ങളൊരു ഗാനമാലപിക്കുന്നു."

കടലിന്റ പ്രകാശവത്തായ തീരങ്ങൾ നിശ്ശബ്ദമാണ്. തീരത്തെ പൊതിയുന്ന തിരമാലകൾ മൃദുവായി പാടുന്നു; വിദൂരതയിലേക്ക് നോക്കിയിരിക്കെ, ഞാനും നിശ്ശബ്ദനാണ്. ഇപ്പോൾ ജലത്തിൽ രജതാഭമായ നിലാച്ചീളുകൾ കൂടുതലുണ്ട്.....ഞങ്ങളുടെ കെറ്റിൽ പതിയെ മൂളിക്കൊണ്ടിരിക്കുകയാണ്.

തിരകളിൽ ഒന്ന് അതിന്റെ ഭ്രാതാക്കളെയും കടന്നു മുന്നേറുന്നു. റഹീമിന്റെ ശിരസ്സിലെത്തുമ്പോൾ പരിഹാസപൂർവ്വം ചിരിക്കുന്നു.

"തിരിച്ചുവരൂ!, എവിടെ പോകുന്നൂന്നാ നിന്റെ വിചാരം?"

കൈകൾ വീശി, ഒച്ച വയ്ക്കുന്നു; തിരമാല അനുസരണയോടെ തിരിച്ചുവരുന്നു.

റഹീം മനുഷ്യനോടെന്നപോലെ തിരയോടും സംസാരിച്ചതിൽ ഞാൻ തമാശയോ അത്ഭുതമോ കാണുന്നില്ല. നമ്മളുമായി ബന്ധമുള്ള എല്ലാറ്റിനും ജീവനുണ്ട്, അവ സചേതനമാണ്, ആർദ്രമാണ്, മാന്യമാണ്. സാഗരം ശാന്തമാണ്. പകലിന്റെ ചൂടിൽ ഇപ്പോഴും പുകയുന്ന മലമുകളിലേക്ക് കടൽ പറഞ്ഞയയ്ക്കുന്ന തണുത്ത ശ്വാസത്തിൽ നല്ല കരുത്തുണ്ട്. ആകാശത്തിന്റെ നീലിമയാർന്ന പശ്ചാത്തലത്തിൽ വരയപ്പെട്ട സ്വർണ്ണാക്ഷരങ്ങളിൽ നക്ഷത്രങ്ങൾ ഉദാത്തമായ ഒരു സന്ദേശം വായിച്ചെടുക്കുന്നു, ആത്മാവിന് ആനന്ദം നല്കുന്നതും മനസ്സിന് ശല്യം ചെയ്യുന്നതുമായ ഒരു സന്ദേശം, ഒരു വെളിപാടിന്റെ പ്രതീക്ഷയുണ്ടതിൽ.

എല്ലാം ഉറക്കം തൂങ്ങുന്നു, പക്ഷേ, മുറുകിയ ബോധത്തോടെ; അടു

ത്തനിമിഷം തന്നെ എല്ലാ വസ്തുക്കളും നിദ്രയെ പൊഴിച്ചുകളഞ്ഞ്, അവർണ്ണനീയ മധുരമേളത്തോടെ അവരുടെ നാദം സംഘമായി ഉയർത്തും; നാദബ്രഹ്മം ജീവിതത്തിന്റെ നിഗൂഢതകൾ എന്താണെന്നു പറയും, അവ മനസ്സിന് വിവരിച്ചു കൊടുക്കും, പിന്നെ മനസ്സിനെ ഒരു ചെകുത്താൻ ജ്വാലയെന്നപോലെ കെടുത്തിക്കളയും, ആത്മാവിനെ നിശയുടെ നീലശൂന്യതകളിലേക്ക് പറത്തും, അവിടെ നക്ഷത്രങ്ങളുടെ ശേഖരം വെളിപാടിന്റെ ദിവ്യസംഗീതം, ആ നാദബ്രഹ്മം ആലപിക്കും.

ഒരു ശരത്കാലം

ഒരു ശരത്ക്കാലത്ത് ഞാൻ വളരെ അസുഖകരമായ, ദയനീയമായ ഒരവസ്ഥയിൽ ചെന്നുപെട്ടു. ഞാനെത്തിച്ചേർന്ന പട്ടണത്തിൽ എനിക്കൊരാളെയും അറിയില്ലായിരുന്നു. എന്റെ കൈയിലാണെങ്കിൽ ഒരു ചില്ലിക്കാശില്ല, കിടന്നുറങ്ങാൻ ഒരു കൂരയില്ല.

അത്യാവശ്യമല്ലാത്ത വസ്ത്രങ്ങളെല്ലാം വിറ്റുകഴിഞ്ഞിരുന്നു. പിന്നെ ഞാൻ പട്ടണം വിട്ടുപോയി, ഉസ്താ എന്നൊരിടത്തേക്ക്. അവിടെ തുറകളുണ്ടായിരുന്നു. ജലം യാത്രായോഗ്യമാകുമ്പോൾ തിരക്കു പിടിച്ച പണി ഉറപ്പായ സ്ഥലം. പക്ഷേ, അവിടം ഇന്ന് നിശ്ശബ്ദവും ജനരഹിതവുമാണ് —ഒക്ടോബറിന്റെ അവസാനം വരെ അതങ്ങനെയായിരുന്നു.

നനഞ്ഞ മണലിൽക്കൂടി അതിളക്കിമറിച്ച് നടക്കുകയായിരുന്നു, ഞാൻ. തിന്നാനെന്തെങ്കിലും കിട്ടുമെന്ന പ്രത്യാശയിലാണ് ഞാൻ നടക്കുന്നത്; ആൾപ്പാർപ്പില്ലാത്ത കെട്ടിടങ്ങൾക്കും കച്ചവടക്കടകൾക്കും ഇടയിലൂടെ ഞാൻ അലഞ്ഞു. വയറ് നിറയെ ആഹാരം കിട്ടുകയെന്നത് എന്തൊരു ഗംഭീര സംഗതിയായിരിക്കുമെന്ന് ഞാനാലോചിച്ചു.

നല്ല സാംസ്കാരിക വികാസമുണ്ടായിരിക്കുന്ന ഈ ഘട്ടത്തിൽ ശാരീരികമായി വിശപ്പിനേക്കാൾ ആത്മീയ വിശപ്പ് ശമിപ്പിക്കാനെളുപ്പമാണ്. നിറയെ വീടുകളാൽ ചുറ്റപ്പെട്ട തെരുവുകളിലൂടെ നിങ്ങൾ നടക്കുകയാണ്. ആ വീടുകൾക്ക് നല്ല പുറംമോടിയുണ്ട്. ഊഹിച്ചുനോക്കിയാൽ അവയുടെ അകവും സുഖകരമാണ്. ഇത് നമ്മെ വാസ്തുശില്പം, ശുചിത്വം തുടങ്ങിയ ബുദ്ധിപരവും ഉന്നതവുമായ കാര്യങ്ങളിലേക്ക് നയിക്കും. ഊഷ്മളവും സുഖകരവുമായ വസ്ത്രം ധരിച്ചിരിക്കുന്ന ആളുകളെ നിങ്ങൾ കാണുന്നു –അവരാണെങ്കിൽ മാന്യന്മാരാണ്, മര്യാദക്കാരാണ്, നിങ്ങൾ അഭിമുഖമായി നടക്കുമ്പോൾ മാറിനിന്ന് വഴി തരുന്നവരാണ്, നിങ്ങളുടെ നിലനില്പിലെ ശോകപൂർണ്ണമായ കാര്യങ്ങൾ

ബോധപൂർവ്വം കാണിക്കാതിരിക്കുന്നവരാണ്. സത്യത്തിൽ, വിശക്കുന്ന മനുഷ്യന്റെ ആത്മാവാണ്, വയറ് നിറഞ്ഞ മനുഷ്യന്റേതിനേക്കാൾ നല്ല ത്, ആരോഗ്യകരമായി പോഷിപ്പിക്കപ്പെടാവുന്നത് –ഇതൊരു വിരോധാ ഭാസമായി തോന്നാം, ഇതിൽനിന്ന് സമ്പന്നർക്കനുകൂലമായ കൃത്യമായ ചില നിഗമനങ്ങളിൽ എത്തിച്ചേരുകയും ചെയ്യാം.

സായാഹ്നം വരികയായിരുന്നു. മഴയുണ്ടായി. വടക്കുനിന്ന് നല്ലൊരു കാറ്റ് വീശുന്നുണ്ടായിരുന്നു. ആളൊഴിഞ്ഞ കടകൾക്കും സ്റ്റാളുകൾക്കും മേലെ അത് വീശി. ഹോട്ടലുകളുടെ ജനവാതിലുകൾ അടഞ്ഞും തുറന്നും കൊണ്ടിരുന്നു. കടൽത്തിരമാലകൾ കാറ്റിൽ മേലോട്ടുയർന്നു. വെള്ള നുരകൾ പതഞ്ഞുയർന്നു. നദി ഹേമന്തത്തിന്റെ വരവ് അറിയി ക്കുന്നതുപോലെയായിരുന്നു അത്. വടക്കൻ കാറ്റിൽ ആ രാത്രിതന്നെ ഹിമക്കട്ടകൾ വിക്ഷേപിക്കപ്പെടുമെന്ന ഭീതിയിലാവണം അത്. ആകാശം ഇരുണ്ട് കനത്തിരുന്നു. അതിൽനിന്ന് കനത്ത മഴത്തുള്ളികൾ അടർന്നു വീഴുന്നുണ്ടായിരുന്നു, തുടർച്ചയായി. ഇരുട്ടിൽ ഒന്നും കാണാമായിരുന്നി ല്ല. എന്റെ പരിതഃസ്ഥിതിയുടെ ശോകാകുലവും, വിലാപോന്മുഖവുമായ സ്വഭാവം അവിടെ മുറിഞ്ഞുവീണ രണ്ട് അരളി മരങ്ങൾകൊണ്ടും മറിഞ്ഞു വീണ തോണികൊണ്ടും വ്യക്തമായിരുന്നു.

മറിഞ്ഞുവീണ കപ്പലിന്റെ അടിഭാഗം തകർന്നിരുന്നു. തണുത്ത കാറ്റിൽ മരങ്ങൾ തൊലി പൊളിഞ്ഞിരുന്നു, വൃദ്ധ മരങ്ങൾ, ദുഃഖാകുല മായവ..... എന്നെ സംബന്ധിച്ചതെല്ലാം തകർന്നടിഞ്ഞിരുന്നു, തരിശായി രുന്നു, മൃതമായിരുന്നു. ആകാശം അനന്തമായി കണ്ണീർ വാർത്തുകൊ ണ്ടിരുന്നു. എനിക്കു ചുറ്റും വിജനതയും അന്ധകാരവുമായിരുന്നു. എല്ലാം അവസാനിക്കുകയാണെന്ന് തോന്നി, വൈകാതെ ഞാൻ മാത്രം അവ ശേഷിക്കുമെന്ന് തോന്നി, തണുത്ത മരണം എന്നെയും കാത്തിരിക്കുക യാണെന്നു തോന്നി. അക്കാലത്ത് എന്റെ പ്രായം പതിനേഴ്. മനോഹര മായ വയസ്സ്.

തണുത്ത, നനഞ്ഞ മണലിലൂടെ ഞാൻ നടന്നുകൊണ്ടേയിരുന്നു. തണുപ്പും വിശപ്പുംമൂലം എന്റെ പല്ലുകൾ തമ്മിൽ കൂട്ടിയടിച്ചുകൊണ്ടി രുന്നു. കടുത്ത വിശപ്പായിരുന്നു. തിന്നാനെന്തെങ്കിലും കിട്ടുമോ എന്ന് തേടിക്കൊണ്ടായിരുന്നു നടപ്പ്. കടകൾക്കും ബൂത്തുകൾക്കുമിടയിൽ ഞാൻ നടന്നു. അധികം അകലെയല്ലാതെ നിലത്ത്, നനഞ്ഞ മണ്ണിൽ, ഒരു സ്ത്രീയുടെ രൂപം. വസ്ത്രമാകെ നനഞ്ഞിരുന്നു, കുനിഞ്ഞ ചുമ ലിൽ അവ പറ്റിക്കിടന്നു. ആ രൂപത്തിനടുത്ത് നിന്ന് അവളെന്ത് ചെയ്യു കയാണെന്ന് ഞാൻ നോക്കി. അവൾ പൂഴിയിൽ കൈകൾകൊണ്ട് ഒരു മാളമുണ്ടാക്കുകയാണ്, ആ മാളം ബൂത്തിനിടയിലേക്കാണ് പോവുന്നത്.

“നിങ്ങളെന്താണീ ചെയ്യുന്നത്?” ഉപ്പൂറ്റികളിലമർന്നിരുന്നു അവരോട് ചോദിച്ചു.

അവൾ ദീനമായി കരഞ്ഞുകൊണ്ടെണീറ്റു. എഴുന്നേറ്റ് എന്നെ നോക്കിത്തുടങ്ങിയപ്പോഴാണ് മനസ്സിലായത് അവൾക്കേതാണ്ട് എന്റെ

വയസ്സേയുള്ളൂ, അവളുടേത് മധുരവും മനോഹരവുമായ മുഖമാണ്; നിർഭാഗ്യവശാൽ അതിൽ മൂന്ന് മുറിവുകളുണ്ട്. ആ മുറിവുകൾ കൃത്യമായ ഒരളവിലാണ് ഉണ്ടായിരുന്നതെങ്കിലും അത് അവളുടെ ആകാരഭംഗിയെ ബാധിച്ചിട്ടുണ്ട്. രണ്ടു കണ്ണുകൾക്കും താഴെ ഓരോന്ന്, രണ്ടിനും ഒരേ വലിപ്പം. കുറേക്കൂടി വലിയ ഒന്ന് നെറ്റിത്തടത്തിൽ, മൂക്കിന്റെ തൊട്ടുമുകളിൽ. മറ്റു മനുഷ്യരുടെ സൗന്ദര്യം ഹനിക്കുന്നതിൽ വൈദഗ്ദ്ധ്യമുള്ള ഒരു കലാകാരന്റെ സൗന്ദര്യബോധം ഈ മുറിവുകളിൽ ദൃശ്യമായിരുന്നു.

പെൺകുട്ടി എന്നെ നോക്കി, ക്രമേണ അവളുടെ കണ്ണുകളിലെ ഭീതി അകന്നു." ഒരുനിമിഷംകൊണ്ട് അവൾ കൈകൾ മണലിൽ നിന്നു സ്വതന്ത്രമാക്കി, അവളുടെ പരുത്തിത്തട്ടം ശരിയാക്കി, കാറ്റിനുനേരെ തിരിഞ്ഞുനിന്നുകൊണ്ട് അവൾ പറഞ്ഞു:

"നിനക്കുമുണ്ട് വിശപ്പ് ഇല്ലേ? ഇനി കുറച്ച് നീ കുഴിക്ക്. എന്റെ കൈ ക്ഷീണിച്ചിരിക്കുന്നു. അതിനകത്ത് ആഹാരമുണ്ട്," അവൾ ബൂത്തിനുള്ളിലേക്ക് കണ്ണുകൾ അയച്ചു. "ആ സ്റ്റാൾ ഇപ്പോഴും തുറന്നിരിക്കുന്നുണ്ട്."

ഞാൻ കുഴിക്കാൻ തുടങ്ങി. അവളോ അൽപ്പനേരം കാത്തിരുന്ന്, കുറേനേരം എന്നെ നോക്കിയിരുന്ന് എന്റെ അടുത്തിരുന്ന് സഹായിക്കാൻ തുടങ്ങി.

നിശ്ശബ്ദരായിട്ടാണ് ഞങ്ങൾ ജോലി ചെയ്തുകൊണ്ടിരുന്നത്. അന്നേരം ഞങ്ങൾ ക്രിമിനൽ കോഡിനെയോ, സദാചാരത്തെയോ സ്വത്തിനെയോ, അതുപോലെന്തെങ്കിലും സംഗതിയേയോ പറ്റി ആലോചിച്ചിരുന്നുവെന്ന് എനിക്കു പറയാനാവില്ല. അറിവുള്ളവർ പറയുന്നത് അതൊക്കെ എപ്പോഴും ഓർമ്മിക്കണമെന്നാണ്; ജീവിതത്തിലെ ഓരോ നിമിഷവും ഓർമ്മിക്കണമെന്നാണ്. സത്യം പറയുകയാണെങ്കിൽ ഞങ്ങളൊന്നും ആലോചിച്ചിരുന്നില്ല. ആ മാളം ഉണ്ടാക്കുന്നതിൽ ഞാൻ ലയിച്ചുപോയിരുന്നു. ബൂത്തിനുള്ളിൽ എന്തുകിട്ടുമെന്ന കാര്യം മാത്രമാണ് ഞാനാലോചിച്ചത്. മറ്റെല്ലാം ഞാൻ മറന്നുപോയിരുന്നു.

സായാഹ്നം വരികയായിരുന്നു. നനഞ്ഞ, അസംസ്കൃതമായ, തണുത്ത അന്ധകാരം ഞങ്ങൾക്കുചുറ്റും വ്യാപിക്കുകയായിരുന്നു. തിരമാലകളുടെ ശബ്ദം മുമ്പത്തെയത്ര ഗംഭീരമായിരുന്നില്ല. പക്ഷേ, മഴ പെയ്യുന്നുണ്ടായിരുന്നു. മഴത്തുള്ളികൾ ബൂത്തിലെ ബോർഡുകളിൽ വീണുകൊണ്ടിരുന്നു. അവയുടെ ശബ്ദം ഉച്ചത്തിലുച്ചത്തിലുയർന്നുകൊണ്ടിരുന്നു. എവിടെയോ രാത്രി കാവൽക്കാരന്റെ ശബ്ദം കേൾക്കുന്നുണ്ടായിരുന്നു.

"അവിടെങ്ങാൻ ഒരു തറയുണ്ടോ?" എന്റെ അസിസ്റ്റന്റു എന്നോട് ചോദിച്ചു. അവർ പറയുന്നതെന്തെന്ന് എനിക്കു മനസ്സിലായില്ല. ഞാനൊന്നും പറഞ്ഞില്ല.

"ഞാനുദ്ദേശിച്ചത്, അവിടെ ബൂത്തിനുള്ളിൽ അതിനൊരു ഫ്ളോർ ഉണ്ടോ എന്നതാണ്. ഉണ്ടെങ്കിൽ നമ്മുടെ പണി വെറുതെയാവും.

നമ്മൾക്ക് ടണൽ കുഴിക്കാൻ കഴിഞ്ഞേക്കും. അതിൽ നമുക്ക് ചെന്നു കയറാനുള്ള പലകകളും കണ്ടേക്കും. പക്ഷേ, എങ്ങിനെ അതു തുറക്കും? ആ പാഡ്‌ലോക്ക് പൊളിക്കലാണ് നല്ലത്. അതിനത്ര ബല മൊന്നുമില്ല..."

നല്ല ആശയങ്ങൾ ഒരിക്കലും സ്ത്രീകളുടെ തലയിൽ വരില്ല. എന്നാലും, ചിലപ്പോൾ അതും സംഭവിക്കും, നല്ല ആശയങ്ങൾ ആസ്വദിക്കുന്നൊരാളാണ് ഞാൻ. കഴിയാവുന്നത്ര അത് നടപ്പാക്കുന്നയാളുമാണ് ഞാൻ.

പാഡ്‌ലോക്ക് കണ്ടെത്തിയപ്പോൾ ഞാനതിന്മേൽ കടുത്ത ഒരിടി വെച്ചുകൊടുത്തു; അതു തുറന്നു. എന്റെ സഹായി കുനിഞ്ഞ് ഒരു പാമ്പിനെപ്പോലെ ബൂത്തിനുള്ളിലേക്കിഴഞ്ഞു.

"ഗംഭീരം, ഗംഭീരം" , അവൾ വിളിച്ചു പറഞ്ഞു.

ഒരു പുരുഷൻ പ്രശംസയുടെ ഒരു കാവ്യമെഴുതുന്നതിനേക്കാൾ, എനിക്കിഷ്ടം ഒരു സ്ത്രീയുടെ ഒരു പ്രശംസാ വചനമാണ്; ആ പുരുഷൻ എല്ലാ പുരാതന പ്രഭാഷകന്മാരുടെയും ഒരു സംഗ്രഹമായിരുന്നാൽക്കൂടി. പക്ഷേ, ആ നിമിഷം അത്തരം ധീരസാഹസിക കാര്യങ്ങളെപ്പറ്റിയൊന്നും ഞാൻ ഓർത്തില്ല. ആ പെൺകുട്ടിയുടെ അഭിനന്ദനവും ശ്രദ്ധിച്ചില്ല. അവളോട്, വളരെ ഭയത്തോടെ ഞാൻ ചോദിച്ചു:

"അവിടെ എന്തെങ്കിലും ഉണ്ടോ?"

വിരസമായ ശബ്ദത്തിൽ അവൾ പറഞ്ഞുകൊണ്ടിരുന്നു.

"ഒരു കൊട്ടനിറയെ പഴയ കുപ്പികൾ.....കാലിച്ചാക്കുകൾ....

ഒരു കുട....ഒരു ഇരുമ്പ് ബക്കറ്റ്."

ഒന്നും തിന്നാൻ പറ്റുകയില്ല. എന്റെ ആശകൾ നശിച്ചുകൊണ്ടിരിക്കുകയാണെന്നെനിക്കു തോന്നി. പെട്ടെന്ന് ജീവനുള്ള ശബ്ദത്തിൽ അവൾ വിളിച്ചു.

"ഹാ! ഹാ! കിട്ടിപ്പോയി!"

"എന്ത്?"

"ബ്രഡ് .... വെള്ള ബ്രഡിന്റെ ഒരു പാക്കറ്റ്....നനവുണ്ട്.... ഇതാ പിടിച്ചോളൂ!"

ബ്രഡിന്റെ ലോഫ് എന്റെ കാലിന്നടുത്ത് വന്നു വീണു. അതിന്റെ കൂടെ എന്റെ ധീരയായ സഹപ്രവർത്തകയും വന്നു. അതിലൊരു ശകലമെടുത്ത് ഞാൻ വായിലിട്ടു ചവച്ചുതുടങ്ങിയിരുന്നു.

"നോക്ക്....എനിക്കും താ....പെട്ടെന്ന് പോവണം. എവിടെയാ പോവുക?" അവൾ നാലുപാടും നോക്കി. ഇരുട്ട് തുളച്ച് കയറുവാനവൾക്ക് കഴിയുന്നില്ലെന്ന് തോന്നി. നല്ല ഇരുട്ടായിരുന്നു, പക്ഷേ, നിറയെ ശബ്ദങ്ങൾ...."അവിടെ ഒരു മറിഞ്ഞ തോണിയുണ്ട് അവിടെ ആയാലോ?"

"ങ് ആ! പോവാം!" കൊള്ളമുതലിന്റെ ശകലങ്ങൾ വായിലിട്ട് ഇരുട്ടിലൂടെ ഞങ്ങൾ നടന്നു. മഴ കനത്തു വന്നു. നദി അലറുകയായിരുന്നു.

എവിടെനിന്നോ ദീർഘമായ ചൂളംവിളി കേട്ടു. പേടിയറിയാത്ത ഒരു ബീമൻജീവി എല്ലാവരേയും എല്ലാറ്റിനെയും പരഹസിക്കുകയാണെന്ന് തോന്നി, ശരത്കാല രാത്രിയെയും ഞങ്ങളെയും, ങ്ഹാ ഞങ്ങളാണല്ലോ ആ രാത്രിയിലെ ധീരനായകർ.... ആ ചൂളം വിളികേട്ടു. എന്തോ എന്റെ ഹൃദയത്തെ മുറുക്കിപ്പിടിക്കുന്നതുപോലെ തോന്നി. ഞാൻ ആർത്തിയോടെ തിന്നു; ആ പെൺകുട്ടിയും. ഇപ്പോഴവൾക്ക് എന്റെയൊപ്പമെത്താൻ കഴിയുന്നുണ്ട്; എന്റെ ഇടതുഭാഗത്താണവൾ നടക്കുന്നത്.

"എന്താ നിന്റെ പേര്?" ഇങ്ങനെ ചോദിക്കാൻ എന്തോ എന്നെ പ്രേരിപ്പിച്ചു.

"നടാഷാ!" അവൾ പ്രതിവചിച്ചു.

ഞാനവളെ നോക്കി. എന്റെ ഹൃദയം വേദനകൊണ്ടു ചുരുങ്ങി. മുന്നിലെ ഇരുട്ടിലേക്ക് ഞാൻ കണ്ണയച്ചു. വൃത്തികെട്ട, പരിഹാസ്യമായ ഒരുവിധി എന്നെ പരിഹസിച്ച് ചിരിക്കുന്നുണ്ട്... രഹസ്യമായ, ക്രൂരമായ ഒരു ചിരി.

മരത്തോണിയുടെ മേൽ മഴ നിർദ്ദയമായി പെയ്തുകൊണ്ടിരുന്നു. അതിന്റെ അമർത്തപ്പെട്ട ശബ്ദം ശോകചിന്തകളെ സൂചിപ്പിച്ചു. കാറ്റ് ചൂളം വിളിച്ചു; അത് തോണിയുടെ തുളഞ്ഞ അടിഭാഗത്തുകൂടി കടന്നു. നദിയിലെ ഓളങ്ങൾ തീരത്ത് വന്നടിച്ചു. അവയുടെ ശബ്ദം വിരസവും ഹതാശവുമായിരുന്നു; വിരസവും അസന്തുഷ്ടവുമായ എന്തോ കാര്യം പറയുന്നതുപോലെയായിരുന്നു ആ ശബ്ദങ്ങൾ; ഒരിക്കലും ഇഷ്ടമില്ലാത്ത അരികെ നില്ക്കാനിഷ്ടപ്പെടാത്ത ഏതോ കാര്യം. അവയിൽനിന്ന് പെട്ടെന്ന് ഓടിപ്പോകേണ്ടതുണ്ടെന്നപോലെ, എന്നാൽ, അടുത്തുവരേണ്ടത് അനിവാര്യമായിരുന്നെന്നപോലെ....മഴയുടെ ശബ്ദത്തിൽ അവരുടെ കാൽച്ചുവടൊച്ചകൾ ലയിച്ചുചേർന്നു. മറിഞ്ഞ തോണിക്കു മുകളിൽ ഭൂമിയുടെ നെടുവീർപ്പു നീന്തിക്കൊണ്ടിരുന്നു, പരിക്ഷീണമായി; ഊഷ്മളമായ ഗ്രീഷ്മത്തിൽനിന്ന് തണുത്ത, നനഞ്ഞ, മഞ്ഞു നിറഞ്ഞ ശരത്കാലത്തേക്കുള്ള യാത്രയുടെ ഫലം. ആളൊഴിഞ്ഞ തീരത്തേക്ക് കാറ്റ് വീശി; പതഞ്ഞൊഴുകുന്ന നദി വീണ്ടും വീണ്ടും ആഹ്ലാദരഹിതമായ ഗാനമാലപിച്ചുകൊണ്ടിരുന്നു.

തോണിക്കടിയിലെ ഞങ്ങളുടെ ഇരിപ്പിൽ യാതൊരു സുഖവുമുണ്ടായിരുന്നില്ല. തോണി തകർന്നിരുന്നു, നനഞ്ഞിരുന്നു, അതിന്റെ അടിഭാഗത്തെ ദ്വാരത്തിലൂടെ ചെറിയ, തണുത്ത മഴത്തുള്ളികൾ തുരുതുരാ ഞങ്ങൾക്കുമേൽ വീണുകൊണ്ടിരുന്നു; കാറ്റു ഞങ്ങളിൽ തുളച്ചുകയറിക്കൊണ്ടിരുന്നു. ഞാനോർമ്മിക്കുന്നു, എനിക്കുറങ്ങണമായിരുന്നു. തോണിയുടെ ഒരു ഭാഗത്ത് നടാഷ ചാരിയിരുന്നു. ഒരു പന്തുപോലെ ചുരുണ്ടുകൂടിയായിരുന്നു ആ ഇരിപ്പ്. കാൽമുട്ടുകൾ കവിൾത്തടത്തിലുരസി, അവൾ നദിയിലേക്കു തന്നെ നോക്കിയിരുന്നു. മുഖത്തെ മുറിവുകൾ കാരണം അവളുടെ കണ്ണുകൾ വളരെ വലുതായിത്തോന്നി. അവൾ ചലിച്ചില്ല. ഈ നിശ്ചലത, നിശ്ശബ്ദതമൂലം അവളെന്തെങ്കിലും സംസാ

രിക്കണമെന്ന് ഞാനാഗ്രഹിച്ചു. പക്ഷേ, എങ്ങനെ?

അവളാണാദ്യം സംസാരിച്ചു തുടങ്ങിയത്.

“എന്തൊരു ദുരിതം പിടിച്ച ജീവിതം!” അവൾ വ്യക്തമായി പറഞ്ഞു: പൂർണ്ണബോദ്ധ്യത്തോടെയായിരുന്നു അവളതു പറഞ്ഞത്.

എന്നിട്ടും അതൊരു പരാതിയായിരുന്നില്ല. വളരെ അശ്രദ്ധമായിട്ടാണ് അവൾ അത് പറഞ്ഞത്. അവൾ സ്വന്തം നിലയ്ക്ക് ആലോചിച്ചായിരിക്കണം പറഞ്ഞിട്ടുണ്ടാവുക. ആ ചിന്തയുടെ ഫലമായിരിക്കണം ശബ്ദമായി പുറത്തു വന്നത്. അതിനെ നിഷേധിക്കാൻ എനിക്കു കഴിയുമായിരുന്നില്ല; നിഷേധിച്ച് പറയുന്നത് നുണയായിപ്പോവും. ഞാൻ ഒന്നും പറഞ്ഞില്ല. എന്റെ സാന്നിദ്ധ്യം അറിഞ്ഞുകൂടാത്തതുപോലെ അവൾ വീണ്ടും നിശ്ചലയായിരുന്നു.

“മറ്റൊരു വഴിയുണ്ട്, വെറുതെ കിടക്കുക, മരിക്കുക...” നടാഷ വീണ്ടും പറഞ്ഞു; ഇപ്പോൾ മൃദുലമായ, ചിന്താക്ലാന്തയായി. ഇപ്പോഴും അവളുടെ വാക്കുകളിൽ പരാതിയുണ്ടായിരുന്നില്ല.... ജീവിതത്തെപ്പറ്റി അവൾ പൊതുവായി ചിന്തിച്ചിരുന്നു. സ്വന്തം കാര്യം പരിശോധിച്ചിരുന്നു. സ്വന്തം രക്ഷയ്ക്ക് ഒന്നും ചെയ്യാനില്ലെന്ന നിഗമനത്തിൽ അവൾ എത്തിച്ചേർന്നിരുന്നു. ഒന്നു മാത്രമായിരുന്നു അവൾ കണ്ടെത്തിയ വഴി: ‘‘വെറുതെ കിടക്കുക, മരിക്കുക’’ – ഇതെല്ലാം വളരെ വ്യക്തമായിരുന്നു.

ഇത്രയും വ്യക്തമായ ആലോചനയുടെ മുന്നിൽ അസഹ്യമായ ഓക്കാനം വന്നു എനിക്ക്. എന്തെങ്കിലും പെട്ടെന്ന് പറയുന്നില്ലെങ്കിൽ, ഞാൻ കരഞ്ഞുപോകുമെന്ന് എനിക്കറിയാമായിരുന്നു. ഒരു സ്ത്രീയുടെ മുന്നിൽ വെച്ച് കരയുന്നത് നാണക്കേടാണ്....അവൾ കരയുന്നുമില്ല. അവളോട് സംസാരിക്കാൻ ഞാൻ ശ്രമിച്ചു.

“ആരാ നിന്നെ അടിച്ചത്?” കൂടുതൽ ബുദ്ധിപൂർവ്വകമായി എന്തെങ്കിലും ആലോചിക്കാനെനിക്ക് കഴിഞ്ഞില്ല.

“എന്നുമെന്നപോലെ പഷ്കാ തന്നെ..” , അവൾ പറഞ്ഞു ശാന്തമായി, ഉറക്കെ.

“ആരാണവൻ?’

“എന്റെ ബോയ്ഫ്രന്റ്...അപ്പക്കാരൻ..”

“അവൻ നിന്നെ എപ്പോഴും അടിക്കാറുണ്ടോ?”

“ഓ, അവൻ കുടിക്കുമ്പോൾ...”

പെട്ടെന്നവൾ എന്റെയടുത്തേക്ക് നീങ്ങി. എന്റെ അരികിലിരുന്നു. അവളെപ്പറ്റി പറഞ്ഞു, പഷ്കായെപ്പറ്റിയും അവർ ഇരുവരും തമ്മിലുള്ള ബന്ധത്തെപ്പറ്റിയും പറഞ്ഞു അവൾ “അത്തരത്തിലൊരു കുട്ടിയായിരുന്നു, നിങ്ങൾക്കറിയില്ലേ?...” അവൻ ഒരപ്പക്കാരൻ, ചെറുമീശയുള്ളവൻ, അക്കോർഡിയൻ വായിക്കുന്നവൻ, അവൻ അവളെ സന്ദർശിച്ചുപോന്നു; മേഡത്തിന്റെ വീട്ടിൽ.” അവൾക്കവനെ ഇഷ്ടമായി, വളരെ ഇഷ്ടമായി. അവൻ നല്ല കൂട്ടുകാരനായിരുന്നു അവന് വൃത്തിയുള്ള വസ്ത്രങ്ങളു

ണ്ടായിരുന്നു. അവന്റെ കോട്ടിന് 15 റൂബിൾ വിലയുണ്ട്. അവന്റേത് നല്ല, മൃദുവായ ലെതർ ബൂട്ടായിരുന്നു. ഇതൊക്കെ കാരണം അവനോട് പ്രേമമായിരുന്നു. അവൻ അവളുടെ 'സ്പെഷ്യൽ ഫ്രന്റാ"യി. പക്ഷേ, ഇങ്ങനെ സ്പെഷ്യൽ ആയതോടെ, മറ്റു കക്ഷികൾ അവർക്ക് മിഠായി വാങ്ങാൻ നല്കുന്ന പണം അവൻ പിടിച്ചു പറിച്ചു, ആ പണവുമായി പോയി കുടിച്ചു, അവളെ വേണ്ടപ്പോഴൊക്കെ അടിച്ചു. അതെല്ലാം അവൾ സഹിക്കുമായിരുന്നു, അവളുടെ സ്വന്തം കൺമുന്നിൽ അവൻ വേറെ പെൺകുട്ടികളുമായി പോവാൻ തുടങ്ങി.

"അതെങ്ങിനെ സഹിക്കാൻ കഴിയും? ഞാനെന്താ അവരേക്കാൾ മോശമാണോ?....അതുകൊണ്ടൊന്നുമല്ല, എന്നെ അപമാനിക്കാനാണ് ഇതെല്ലാം ചെയ്യുന്നത്. മിനിഞ്ഞാന്ന് പുറത്തൊന്നു നടന്നുവരാൻ മേഡം എന്നെ അനുവദിച്ചു. ഞാനവന്റെ സ്ഥലത്താ പോയത്. ഞാൻ ദൂങ്കയെ കണ്ടു, മദ്യപിച്ച് അവിടെ ഇരിക്കുകയാണ്. ഞാൻ പറഞ്ഞു: 'പന്നി, നീ ശരിക്കും പന്നിയാണ്!" ഹറാം പിറന്ന പന്നി!' അവനെന്നെ ഭീകരമായി അടിച്ചു. കാലുകൊണ്ട് തൊഴിച്ചു, ങ്ആ, ചവിട്ടി. മുടി പിടച്ചു വലിച്ചു. അവൻ എന്നെ പറിച്ചുകീറി, ഉടുപ്പും എല്ലാം വലിച്ചു. ഇനി ഞാനെങ്ങിനെ മേഡത്തിനെ കാണും? എല്ലാം കീറി, ഡ്രസ്സും ജാക്കറ്റും എല്ലാം. പുതിയ ഉടുപ്പ്. സ്കാർഫ് എന്റെ തലയിൽ നിന്ന് പിടിച്ചെടുത്തു. ദൈവമേ, ഇനി ഞാനെന്തു ചെയ്യും?" അവളുടെ ശബ്ദം പെട്ടെന്ന് ശോകാതുരമായ ഒരു വിലാപമായി മാറി.

കാറ്റും വിലപിച്ചു. പിന്നെയത് ശക്തമായി വന്നു. എന്റെ പല്ലുകൾ വീണ്ടും നൃത്തം ചെയ്തു തുടങ്ങി. അവൾക്കും തണുപ്പ് സഹിക്കാൻ വയ്യാതായിരുന്നു, അവൾ എന്റെയടുത്ത് ചേർന്നിരുന്നു. ഇരുട്ടിൽ അവളുടെ കണ്ണുകൾ തിളങ്ങുകയായിരുന്നു.

"നിങ്ങൾ വളരെ മോശക്കാരാണ്, നിങ്ങൾ ആണുങ്ങൾ. നിങ്ങളെയൊക്കെ കാലിനടിയിലിട്ട് ചവുട്ടിയരച്ചുകളയും ഞാൻ. നിങ്ങളുടെ ഓരോ അവയവവും ഞാൻ പറിച്ചെടുക്കും. ഒരു പുരുഷൻ കിടന്ന് മരിക്കുന്നത് കണ്ടാൽ.... അവന്റെ വൃത്തികെട്ട മുഖത്ത് ഞാൻ കാർക്കിച്ചു തുപ്പും. ഞാൻ ചെയ്യും. ഒരു സങ്കടവുണ്ടാവില്ല എനിക്ക്. വൃത്തികെട്ട ജന്തുക്കൾ! തെണ്ടിപ്പട്ടികളെപ്പോലെ പിന്നാലെ വന്ന് നിങ്ങൾ വാലാട്ടി, വാലാട്ടി നില്ക്കും. നിങ്ങളോട് സഹതാപം കാണിക്കുന്ന ഒരു വിഡ്ഢിപ്പെണ്ണിനെ കിട്ടിയാൽ പിന്നെ, അതോടെ എല്ലാം തീർന്നു! അവളെ നിങ്ങൾ കാലിനടിയിലിട്ട് ചതച്ചരയ്ക്കും, തനിക്ക് പറ്റിപ്പോയെന്ന്, അവളറിയുന്നതിനു മുമ്പ്; വൃത്തിഹീനരായ ആൺവേശ്യകൾ!"

അവളുടെ ശാപവചനങ്ങൾ കടുത്തതായിരുന്നു, പക്ഷേ, വാക്കുകൾക്ക് ശക്തിയില്ലായിരുന്നു; വൃത്തിഹീനരായ ആൺവേശ്യകളോടുള്ള വെറുപ്പോ രോഷമോ ഞാനവയിൽ കണ്ടില്ല. പൊതുവിൽ അവളുടെ വർത്തമാനം ശാന്തമായിരുന്നു, എല്ലാ തരത്തിലും സമാധാനപരമായിരുന്നു. പക്ഷേ, അവളുടെ വാക്കുകൾ വളരെ വിരസമായിരുന്നു.

പക്ഷേ, ഇതെല്ലാം എന്നെ വല്ലാതെ ബാധിച്ചു. അതിനുമുമ്പും പിമ്പും ഞാൻ വായിച്ച പുസ്തകങ്ങളിലോ കേട്ട വർത്തമാനങ്ങളിലോ ഇല്ലാത്തതായിരുന്നു ഇത്. ങ്ആ, അന്നും ഇന്നും ഞാൻ ചില പുസ്തകങ്ങൾ വായിക്കാറുണ്ട്. അതിന്റെ കാരണമെന്തെന്നോ? മരിക്കാൻ പോകുന്നവരുടെ ആത്മവേദന വളരെ സ്വാഭാവികമാണ്, അത് നമ്മെ ഏറെ സ്വാധീനിക്കും, മരണത്തെപ്പറ്റിയുള്ള കൃത്യവും കലാപരവുമായ ഏത് വിവരണത്തെക്കാളും അത് നമ്മെ, സ്വാധീനിക്കും.

ഞാൻ തകർന്നുപോയതായി തോന്നി, ആകെ വൃത്തികേടായിരിക്കുന്നു; പ്രധാനമായും തണുപ്പുകൊണ്ടായിരുന്നു അത്, എന്റെ സഹകാരിയുടെ സംഭാഷണം കൊണ്ടായിരുന്നില്ല. ഞാൻ പതിയെ വിലപിച്ചു. എന്റെ പല്ലുകൾ വിറച്ചു.

പിന്നെ, ഏതാണ്ട് അതേ നിമിഷം, രണ്ടു തണുത്ത കൈകളുടെ സ്പർശം അനുഭവപ്പെട്ടു. ഒന്ന് എന്റെ കഴുത്ത് തൊട്ടു, മറ്റേത് എന്റെ മുഖത്തേക്കു വന്നു. എന്നിട്ട് ആകുലമായ, ശാന്തമായ, ആർദ്രമായ ചോദ്യം വന്നു.

"നിനക്കെന്തുപറ്റി?"

മറ്റാരോ ആണ് എന്നോട് സംസാരിക്കുന്നതെന്ന് കരുതാൻ ഞാൻ സന്നദ്ധനായിരുന്നു; നടാഷയല്ല, എല്ലാ പുരുഷന്മാരും പന്നികളാണെന്ന് പറഞ്ഞ, അവരെല്ലാം നശിച്ചു പോകട്ടെയെന്ന് ശപിച്ച നടാഷയല്ല. പക്ഷേ, അവൾ ധൃതിയിൽ പറയുകയായിരുന്നു.

"നിനക്കെന്തുപറ്റി? ങ്ഏ? തണുപ്പോ? വിറയ്ക്കുന്നുണ്ടോ നിനക്ക്? നീ ഒറ്റയ്ക്കാണ്; അല്ലേ? ഒന്നും പറയാതിരിക്കുന്നു. നിനക്ക് തണുക്കുന്നുവെന്ന് നേരത്തേ പറഞ്ഞുകൂടായിരുന്നോ?....നോക്ക്...അവിടെ ആ തറയിൽ കിടന്നോളൂ....ഞാനും കിടക്കാം....എന്നെ കെട്ടിപ്പിടിച്ചോളൂ...അങ്ങിനെ...അങ്ങിനെ..ഇപ്പോൾ നിനക്ക് അല്പം ചൂട് കിട്ടുന്നുണ്ടാവും ഇല്ലേ? കുറച്ച് കഴിഞ്ഞു പുറത്തോടു പുറം ചേർന്നുകിടക്കാം...എങ്ങിനെയെങ്കിലും രാത്രി കഴിച്ചുകൂട്ടാം. എന്താ നിനക്ക് പറ്റിയത്? കുടിച്ചില്ലേ? ജോലി നഷ്ടപ്പെട്ടോ? സാരമില്ല! "

അവൾ എന്നെ സമാധാനിപ്പിക്കുകയായിരുന്നു. എനിക്കൊരു പുതിയ ചൈതന്യം നല്കാൻ ശ്രമിക്കുകയായിരുന്നു.

ഹോ! എന്നെ മൂന്ന് തവണ ശപിച്ചോളൂ! ഇതെല്ലാം എത്ര പരിഹാസ്യമായിരുന്നു! ആലോചിച്ചു നോക്കൂ, ഞാൻ അവിടെ മനുഷ്യവംശത്തിന്റെ വിധിയിൽ വേവലാതിപ്പെടുകയായിരുന്നു, ഈ സാമൂഹിക ക്രമത്തെയാകമാനം ഉടച്ചുവാർക്കുന്നതിനെപ്പറ്റി സ്വപ്നം കാണുകയായിരുന്നു, രാഷ്ട്രീയത്തെയും വിപ്ലവത്തെയുംപറ്റി ചിന്തിക്കുകയായിരുന്നു, പൈശാചികമാംവിധം ധൈഷണികമായ ആ ഗ്രന്ഥങ്ങളെല്ലാം വായിച്ച.... അവയുടെയൊക്കെ ആഴം ആ ഗ്രന്ഥകർത്താക്കളുടെ അറിവിനും അതീതമായിരുന്നു. ആ സമയത്ത് ഞാൻ വലിയൊരു ശക്തിയാവാൻ വേണ്ടിയുള്ള സമർപ്പണപൂർണ്ണമായ തയ്യാറെടുപ്പിലായിരുന്നു. എന്നിട്ടു, എനിക്ക്

ചൂട് നല്കിയത് ഒരു അഭിസാരികയുടെ ശരീരമായിരുന്നു; കഷ്ടപ്പെടുന്ന, ആരുമില്ല, നിരാശയും നിരാശ്രയയുമായ ഒരു പാവം പെണ്ണ്. അവൾക്ക് ജീവിതത്തിലൊരു സ്ഥാനവുമില്ലായിരുന്നു, അവൾക്ക് ഒരു വിലയുമില്ലായിരുന്നു, എന്നെ സഹായിക്കുന്നതിനുമുമ്പ് അവളെ സഹായിക്കാനുള്ള ബുദ്ധി എനിക്കുണ്ടായിരുന്നില്ല. അങ്ങനെ വേണമെന്ന് കരുതിയാലും എനിക്കത് ചെയ്യാൻ കഴിയുമായിരുന്നില്ല.

ഹാ! ഇതൊക്കെ എനിക്കു സ്വപ്നത്തിൽ സംഭവിക്കുകയാണെന്ന് വിചാരിക്കാനായിരുന്നു എനിക്കിഷ്ടം, അസംബന്ധമായ, അസന്തുഷ്ടമായ ഒരു സ്വപ്നം.

പക്ഷേ, കഷ്ടം! അങ്ങനെ ചിന്തിക്കാനെനിക്ക് അവകാശമുണ്ടായിരുന്നില്ല, കാരണം തണുത്ത മഴത്തുള്ളികൾ എന്റെമേൽ വീഴുന്നുണ്ടായിരുന്നു. അവളുടെ മാറിടം, മുലകൾ എന്റെ നെഞ്ചിലമർന്നുകിടക്കുകയായിരുന്നു. അവളുടെ ഊഷ്മളമായ ശ്വാസം എന്റെ മുഖത്ത് അനുഭവപ്പെടുന്നുണ്ടായിരുന്നു. അതിനല്പം വോദ്കയുടെ മണമുണ്ടായിരുന്നുവെന്നത് ശരി. എന്നിരുന്നാലും... വളരെ ഉന്മേഷദായകമായിരുന്നു അത്. കാറ്റ് ഇടയ്ക്ക് കൂക്കി വിളിക്കുകയും ചിലപ്പോൾ കരയുകയും ചെയ്തു. മഴ തോണിക്കുമേൽ പ്രഹരിച്ചു. തിരമാലകൾ കൂട്ടിമുട്ടി. മുറുക്കി മുറുക്കി ആശ്ലേഷിച്ചു കിടന്നിട്ടും ഞങ്ങൾക്ക് തണുപ്പുകൊണ്ട് വിറയ്ക്കുകയായിരുന്നു. ഇതെല്ലാം പൂർണ്ണമായും സത്യമായിരുന്നു. ആ യാഥാർത്ഥ്യത്തേക്കാൾ ചീത്തയായ, ദുഃഖകരമായ സ്വപ്നം ആരും കണ്ടിട്ടുണ്ടാവുകയില്ല.

പിന്നെ നടാഷയുണ്ട്; അവൾ സംസാരിക്കുകയായിരുന്നു. എന്തെല്ലാമോ സംസാരിക്കുകയായിരുന്നു, മൃദുവായി സഹാനുഭൂതിയോടെ... സ്ത്രീകൾക്കുമാത്രം കഴിയുന്ന രീതിയിൽ. അവൾ പറയുന്ന ആർദ്രമധുരമായ സത്യങ്ങളുടെ സ്വാധീനത്തിൽ എന്റെയുള്ളിൽ ഒരു ചെറിയ നാളം ദുർബ്ബലമായി കത്തുന്നുണ്ടായിരുന്നു; അതിന്റെ ചൂട് എന്റെ ഹൃദയത്തെ സമാശ്വസിപ്പിക്കുന്നുണ്ടായിരുന്നു.

പിന്നെ, കണ്ണുനീരിന്റെ ഒരു പ്രവാഹം എന്റെ കണ്ണുകളിൽനിന്ന് പുറപ്പെട്ടു. എന്റെ ഹൃദയത്തിലെ രോഷവും അഭിലാഷവും ഭോഷത്വവും മാലിന്യവും കഴുകിക്കളഞ്ഞു. ആ രാത്രിക്ക് മുമ്പ് ഇവയൊക്കെ എന്റെ ഹൃദയത്തിൽ കുടിയേറിയതായിരുന്നു, രോഗബീജങ്ങൾ പോലെ....

നടാഷ എന്നെ സന്തോഷിപ്പിക്കാൻ ശ്രമിച്ചുകൊണ്ടിരുന്നു.

"അതുമതി, കുട്ടാ, കരയല്ലേ! അത്രയും മതി. ദൈവം സഹായിക്കും. നീ രക്ഷപ്പെടും, നിനക്ക് നിന്റെ ജോലി തിരിച്ചുകിട്ടും." അങ്ങനെ പലതും.

അവളെന്നെ ചുംബിച്ചുകൊണ്ടിരുന്നു, എന്നിലേക്ക് ചൂടുള്ള ചുംബനങ്ങൾ ഒഴുക്കുകയായിരുന്നു.

ജീവിതം എനിക്ക് നല്കിയ ആദ്യത്തെ സ്ത്രീചുംബനങ്ങളായിരുന്നു ഇവ. അവയായിരുന്നു ഏറ്റവും നല്ലതും. പിന്നീട് കിട്ടിയ എല്ലാ ചുംബന

ങ്ങൾക്കും ഞാൻ ധാരാളം ചെലവഴിക്കേണ്ടി വന്നു, എനിക്കൊന്നും കിട്ടിയുമില്ല.

"നോക്കൂ, കരയല്ലേ, കുട്ടാ. ഛെ, നിനക്കെവിടെയും പോകാനില്ലെങ്കി നാളെ ഞാനെല്ലാം ശരിപ്പെടുത്തിത്തരാം. കരയല്ലേ പൊന്നേ..." അവൾ ശാന്തയായി, ധൈര്യമേകിക്കൊണ്ട് നിദ്രയിലെന്നപോലെ പറയുന്നത് ഞാൻ കേട്ടുകൊണ്ടിരുന്നു.

പ്രഭാതം വരെ ഞങ്ങൾ അങ്ങനെ കിടന്നു. രണ്ടുപേരുടെയും കൈകളിൽ കിടന്നു.

വെളിച്ചമായപ്പോൾ ഞങ്ങൾ തോണിക്കടിയിൽനിന്ന് ഇഴഞ്ഞു പുറത്തേക്കു വന്നു. പട്ടണത്തിലേക്ക് പോയി. പിന്നീട് ഞങ്ങൾ, സൗഹൃദപൂർവ്വം വിടപറഞ്ഞു. ഇനിയൊരിക്കലും കാണില്ലെന്ന് അറിഞ്ഞുകൊണ്ട് ഞങ്ങൾ പിരിഞ്ഞു. പക്ഷേ, പിന്നത്തെ ആറുമാസക്കാലം എല്ലാ ചേരികളിലും ഞാൻ പ്രിയപ്പെട്ട നടാഷയ്ക്കുവേണ്ടി തിരഞ്ഞു. അവളെ തേടി അവളോടൊപ്പം ഒരു ശരത്കാല രാത്രി ഞാൻ കഴിഞ്ഞുകൂടിയതാണ്.....

അവൾ മരിച്ചുപോയെങ്കിൽ—അവൾക്കത് വലിയ അനുഗ്രഹമായിരിക്കും—അവൾ ശാന്തിയിൽ വിശ്രമിക്കട്ടെ. അവൾ ജീവിക്കുകയാണെങ്കിൽ, അവൾക്ക് സമാധാനമുണ്ടായിരിക്കട്ടെ. അവളുടെ ആത്മാവ് ഒരിക്കലും പാപബോധത്തിലേക്ക് ഉണരാതിരിക്കട്ടെ. അത് അനാവശ്യമായ ഒരു ദുഃഖമായിരിക്കും അവൾക്ക്. അതവളുടെ ജീവിതത്തിൽ ഒരു മാറ്റവും വരുത്തുകയില്ല.

കടൽപ്പക്ഷിയുടെ പാട്ട്

രജതാഭമായ സമുദ്രത്തിനുമുകളിൽ അഗ്നിമേഘങ്ങൾ ആഞ്ഞുവീശുന്നു. മേഘങ്ങൾക്കും സമുദ്രത്തിനുമിടയിൽ കടൽപ്പക്ഷി ഭ്രമണം ചെയ്യുന്നു. മങ്ങിയ ഒരു മിന്നൽ ചീളുപോലെ.

തിരമാല അവന്റെ ചിറക് തലോടുന്നു, മേഘങ്ങൾ കീറിമുറിച്ചുകൊണ്ട് ഭീഷണമായ മുരൾച്ചയോടെ, അവനൊരു അസ്ത്രംപോലെയായിരുന്നു.

കടൽപ്പക്ഷിയുടെ ധീരമായ മുരൾച്ചയിൽ മേഘങ്ങൾ ഹർഷോന്മാദമറിയുന്നു.

മുരൾച്ചയിലുണ്ട് കൊടുങ്കാറ്റിനുവേണ്ടിയുള്ള അർത്ഥന. കേൾക്കുന്നില്ലേ അവന്റെ സ്തോഭത്തിന്റെ, രോഷത്തിന്റെ, വിജയപ്രതീക്ഷയുടെ ജ്വലനം.

നീർക്കോഴികൾ ഭയന്നു നിലവിളിക്കുന്നു– ജലത്തിനുമുകളിലൂടെ പറന്നുകൊണ്ട് നിലവിളിക്കുന്നു. സമുദ്രത്തിന്റെ കടും നീലക്കയത്തിൽ അവരുടെ ഭീതി മറഞ്ഞു നിന്നേക്കാം.

കുളക്കോഴികൾ വിലപിക്കുകയാണ്. ഈ പിടച്ചിൽ, പിടച്ചിലിന്റെ നാമരഹിതമായ ഈ പരമാനന്ദം അവയ്ക്കുവേണ്ടിയല്ലല്ലോ. ഇടിമുഴക്കത്തിന്റെ പൊട്ടിച്ചിതറലിൽ അവ ഭയന്നുവിറയ്ക്കുന്നു.

വീണ്ടും താണ്, വീണ്ടും വീണ്ടും കറുത്ത്, അഗ്നിമേഘങ്ങൾ കടലിലാഴുന്നു. പാടുന്ന തിരമാലകൾ ആവേശപൂർവ്വം ഇടിമുഴക്കത്തിലേക്കുയരുന്നു.

ഇടിമുഴങ്ങുന്നു. ജലരാശികൾ കാറ്റുകളുമായി രൂക്ഷമായ പോരാട്ടത്തിലേർപ്പെടുന്നു. രോഷോജ്ജ്വലമായ വാദങ്ങൾ അവയെ അവിച്ഛിന്നമായ ആലിംഗനത്തിലമർത്തുന്നു, കൊക്കകളിൽ ചിതറാൻ പോകുന്ന

മരതക പിണ്ഡങ്ങൾ വീശിയെറിയുന്നു.

അസ്ത്രം പോലെ മേഘങ്ങൾ കീറിമുറിച്ച് ജലരാശിയെ വകഞ്ഞു മാറ്റി, മങ്ങിയ ഇടിമിന്നൽ ചീളുപോലെ കടൽപ്പക്ഷി ഭ്രമണം ചെയ്യുന്നു. മുരളുന്നു. അവൻ പൈശാചിക ഭാവത്തിൽ നീങ്ങുന്നു. കൊടുങ്കാറ്റിന്റെ കറുത്ത പിശാച്, സദാ ചിരിച്ചുകൊണ്ട്, സദാ തേങ്ങിക്കരഞ്ഞുകൊണ്ട്, മേഘങ്ങളെ പരിഹസിക്കുന്നു, ഹർഷോന്മാദംകൊണ്ട് തേങ്ങുന്നു.

ഇടിമുഴക്കത്തിന്റെ ചിതറലിൽ വിവേകിയായ പിശാച് ക്ഷീണ ത്തിന്റെ വിവശനാദങ്ങൾ കേൾക്കുന്നു. ഈ കൊടുങ്കാറ്റും മരിക്കും. സൂര്യൻ വിജയം വരിക്കും. സൂര്യൻ എല്ലായ്പ്പോഴും വിജയം വരിക്കും.

ജലരാശികൾ അലറുന്നു. ഇടിമുഴക്കം ചിതറുന്നു. നുരഞ്ഞൊഴുകന്ന സമുദ്രത്തിനു മുകളിൽ ഉയരത്തിലുയരത്തിൽ വിവർണ്ണമായ മിന്നൽപ്പി ണരുകൾ മേഘങ്ങളിൽ ജ്വലിച്ചുയരുന്നു. ആഗ്നേയാസ്ത്രങ്ങൾ തടയുന്നു. ജലരാശിയിൽ കെട്ടുപോകുമ്പോൾ സർപ്പതുല്യമായ സ്മരണകൾ പുള ഞ്ഞുയരുന്നു. പതിയെ അഗാധതയിൽ അവസാനിക്കുന്നു.

ഇത് കൊടുങ്കാറ്റ്. മഹാവാതം. കൊടുങ്കാറ്റ് വരികയായി. ഇടിമിന്ന ലുകൾക്കിടയിൽ അലറിയടിക്കുന്ന സമുദ്രത്തിനുമുകളിൽ അപ്പോഴും ധീരനായ കടൽപ്പക്ഷി അഭിമാനപൂർവ്വം ഭ്രമണം ചെയ്യുന്നു. അവന്റെ ധീരമായ മുരൾച്ച ഹർഷോന്മത്തമായി ഉയരും, വിജയത്തിന്റെ പ്രവച നംപോലെ.

അതു പൂർണ്ണ രോഷത്തിൽ ആഞ്ഞടിക്കട്ടെ.